ഭൂതകാലത്തിന്റെ വിളി

ചരിത്രത്തെക്കുറിച്ച് വാൾട്ടർ ബെൻയാമിൻ

INSIGHT PUBLICA

PRA
XIS

ഇൻസൈറ്റ് പബ്ലിക്ക പ്രാക്സിസ് ഗ്രന്ഥവരി
General Editor: Dileep Raj

Nadakkavu, Kozhikode, Kerala, 673011
www.insightpublica.com
e-mail: insightpublica@gmail.com
Title: **Bhoothakalathinte Vili**
(Malayalam)
Author**: Walter Benjamin**
Translation: **M V Narayanan**
First Edition: March 2024

Printed and Published by
InsightinPublica Printers & Publishers Pvt. Ltd.
ISBN 978-93-5517-993-7

ഭൂതകാലത്തിന്റെ വിളി

ചരിത്രത്തെക്കുറിച്ച് വാൾട്ടർ ബെൻയാമിൻ

പരിഭാഷ: എം. വി. നാരായണൻ

INSIGHT PUBLICA

ഉള്ളടക്കം

വിമോചനോന്മുഖമായ ചരിത്രം

യൂറോപ്പിനെ ഏതാണ്ട് പൂർണ്ണമായി കാൽക്കീഴിലാക്കിക്കൊണ്ട്, നാസിവാഴ്ച അതിന്റെ ഏറ്റവും ഭീതിദമായ അവസ്ഥയിലെത്തിയ ഘട്ടത്തിൽ, 1940-ൽ ആണ് വാൾട്ടർ ബെൻയാമിൻ "ചരിത്രത്തിന്റെ തത്വശാസ്ത്രം" രചിക്കുന്നത്. സൂക്തസദൃശമായ ഇരുപതു ഖണ്ഡികകളിലുള്ള ഈ ഹ്രസ്വ പ്രബന്ധം ബെൻയാമിന്റെ അവസാന രചനയാണ്. അത് എഴുതിത്തീർന്ന് അധികം താമസിയാതെ, 1940 സെപ്റ്റംബറിൽ പോർട്ട്ബോ എന്ന സ്പാനിഷ് തീരദേശ പട്ടണത്തിൽ, നാസികളിൽ നിന്നും രക്ഷതേടി അമേരിക്കയിലേക്ക് പലായനം ചെയ്യാനുള്ള ഉദ്യമത്തിൽ പരാജയപ്പെട്ട്, ഗെസ്റ്റാപ്പോ (നാസി രഹസ്യപ്പോലീസ്)വിന്റെ പിടിയിൽ അകപ്പെടുമെന്നും ലക്ഷക്കണക്കിന് ജൂതവംശജർ പീഡിപ്പിക്കപ്പെടുകയും കൊല്ലപ്പെടുകയും ചെയ്ത തടങ്കൽപാളയങ്ങളിൽ ഒന്നിൽ താനും അവസാനിക്കും എന്നും ഏതാണ്ട് തീർച്ചയായപ്പോൾ ഒരു ചെറിയ ഹോട്ടൽ മുറിയിൽ ബെൻയാമിൻ മോർഫീൻ കഴിച്ച് ആത്മഹത്യ ചെയ്യുകയാണുണ്ടായത്.

ഇത്തരമൊരു ദാരുണാന്ത്യമാണ് തന്നെ കാത്തിരിക്കുന്നത് എന്ന് ബെൻയാമിനു നല്ല ബോദ്ധ്യമുണ്ടായിരുന്നു എന്നു വേണം കരുതാൻ. കാരണം, പ്രബന്ധരചനക്ക

തൊട്ടു പിന്നാലെ ഫ്രാൻസിലെ മാഴ്സെയിൽ പ്രവിശ്യയിൽ വെച്ച്, ബെൻയാമിനെ പോലെത്തന്നെ അമേരിക്കയിലേക്ക് രക്ഷപ്പെടാൻ കാത്തു നിന്നിരുന്ന ഉറ്റസുഹൃത്തും തത്വചിന്തകയുമായ ഹാന്നാ ആരൻറിന് അദ്ദേഹം പ്രബന്ധത്തിന്റെ കൈയെഴുത്തുപ്രതി ഏൽപിച്ചു കൊടുക്കുന്നുണ്ട്, അമേരിക്കയിൽ എത്തുമ്പോൾ തിയഡോർ അഡോർണോക്ക് അതു കൈമാറണം എന്ന നിർദ്ദേശത്തോടെ. താൻ രക്ഷപ്പെടാൻ പോകുന്നില്ല എന്ന് അദ്ദേഹം മുൻകൂട്ടി മനസ്സിലാക്കിയിരുന്നു എന്നു വ്യക്തം. പിന്നീട്, അമേരിക്കയിലെത്തിയ ഹാന്നാ ആരൻറാണ് അഡോർണോക്ക് കൈയെഴുത്തുപ്രതി കൈമാറി പ്രബന്ധത്തിന്റെ ആദ്യ പ്രസിദ്ധീകരണത്തിന് വഴിയൊരുക്കിയത്.

സൂക്ഷ്മമായി നോക്കുകയാണെങ്കിൽ, "ചരിത്രത്തിന്റെ തത്വശാസ്ത്രം" ഒരു മരണമൊഴിയാണ്; മരണത്തിന്റെ നീണ്ട നിഴൽ ആ പ്രബന്ധത്തിലുടനീളം വീണു കിടക്കുന്നതു കാണാം. എന്നാൽ, തന്റെ ആസന്നമൃതിയിൽ ഒരു വ്യക്തിയുടെ അന്ത്യം എന്നതിലേറെ ഒരു സംസ്കാരത്തിന്റെ, ഒരു നാഗരികതയുടെ, സ്വയംഹത്യയാണ് ബെൻയാമിൻ ദർശിക്കുന്നത്. അതോടെ, മനുഷ്യരാശിയുടെ ഭാവിയെക്കുറിച്ച് ആധിപൂണ്ട ഒരു തത്വചിന്തകന്റെ, മനുഷ്യനൃശംസതയുടെ കീഴറ്റം വരെ കണ്ട ഒരു സാംസ്കാരിക ചിന്തകന്റെ വാക്കുകൾ പാശ്ചാത്യ സമൂഹത്തിന്റെ തന്നെ മരണമൊഴിയായി മാറുന്നു. ഒരു വ്യക്തിയുടെ ചരിത്രം ഒരു സമൂഹത്തിന്റെ ചരിത്രമാകുന്നത് അത്യപൂർവങ്ങളായ ചില നിമിഷങ്ങളിലാണ്, പലപ്പോഴും അത്തരം നിമിഷങ്ങൾ ചരിത്രപരമായ ദുരന്തത്തിന്റെ നിമിഷങ്ങൾ കൂടിയാണ്. അവിടെ, ഒരുവനും ഏവനും ഒന്നാകുന്നു, വ്യക്തി സമൂഹമാകുന്നു, വ്യക്തിയുടെ അനുഭവം സാമൂഹികാനുഭവത്തിന്റെ കാച്ചിക്കുറുക്കിയ ഒരു കണികയാവുന്നു. അത്തരം ദുരന്ത നിമിഷങ്ങളിൽ തന്നെയാണ് നിരാശയ്ക്കിടയിലും പ്രത്യാശയുടെ കിരണങ്ങൾ കണ്ടെത്താൻ

ശ്രമിക്കുന്ന, അതിയായ ദു:ഖത്തിലും പ്രതീക്ഷയുടെ നാമ്പു കൾ തൊട്ടുണർത്താൻ ശ്രമിക്കുന്ന, യുഗപരിവർത്തിയായ ചിന്തകൾ ജനിക്കുന്നത്. അത്തരമൊരു യുഗപരിവർത്തി യായ ചിന്തയാണ് "ചരിത്രത്തിന്റെ തത്വശാസ്ത്ര"ത്തിലും അവതരിക്കുന്നത്. അങ്ങനെ, അതിൽ ചരിത്രവും ആത്മീയ തയും, രാഷ്ട്രീയവും മതാത്മകതയും, അന്യോന്യം വേർതിരി ക്കാൻ കഴിയാത്ത വിധം കൂടിക്കുഴയുന്നു, ഭൂതവും ഭാവിയും ഇടകലരുന്നു, വിമോചനവും മോക്ഷവും ഒരേ അനുഭവമാ യിത്തീരുന്നു, അതാവിഷ്കരിക്കാൻ കവിതയും തത്വചിന്തയും ഒന്നു ചേരുന്നു.

പൊതുവെ, ചരിത്രത്തോട് - ചരിത്രമെഴുത്തിനോട് - രണ്ടു തരം വ്യവസ്ഥാപിത സമീപനങ്ങൾ ഉണ്ടെന്നു പറയാം. ഒന്നാമതായി, മനുഷ്യപുരോഗതിയുടെ നേർരേഖയിലുള്ള ഒരു കഥയാണ് ചരിത്രം എന്ന സങ്കൽപം. അതിൽ, കാലം മുന്നോട്ടു സഞ്ചരിക്കുന്നതനുസരിച്ച് കൂടുതൽ കൂടുതൽ ഔന്ന ത്യങ്ങളിലേക്കും പരിപൂർണ്ണതയിലേക്കുമുള്ള മനുഷ്യന്റെ അവിരതമായ പുരോഗതിയാണ്, അതിന്റെ രേഖപ്പെടുത്ത ലാണ്, ചരിത്രം. ആ ആഖ്യാനത്തിൽ, ഓരോ ചരിത്രഘട്ടവും മുന്നേ പോയ ഘട്ടങ്ങളേക്കാൾ ഉയർന്നതാണ്, മനുഷ്യന്റെ സർവ്വ സാദ്ധ്യതകൾക്കും പൂർണ്ണാവിഷ്കാരമേകാൻ കെൽപ്പു ള്ള അന്തിമമായ അവസ്ഥയോട് ഒരുപടി കൂടി അടുത്തു നിൽ ക്കുന്നതാണ്. രണ്ടാമത്തെ സമീപനത്തിൽ, നാം എന്തായി ത്തീരേണ്ടിയിരിക്കുന്നു എന്നതിന്റെ ഭൂതകാലചിത്രമാണ് ചരി ത്രം പ്രദാനം ചെയ്യുന്നത്. ഭൂതകാലത്തിന്റെ പഠനത്തിലൂടെ നഷ്ടപ്പെട്ട ഒരു സുവർണ്ണയുഗത്തിന്റെ വീണ്ടെടുപ്പിനും അതി ന്റെ പുനർനിർമ്മാണത്തിനുമുള്ള മുന്നുപാധിയും മാദ്ധ്യമവുമാ യിത്തീരുന്നതിലൂടെ, പലപ്പോഴും, പുനരുത്ഥാനപരമായ രാ ഷ്ട്രീയ പ്രസ്ഥാനങ്ങൾക്ക് ഊർജ്ജം പകരുന്ന വ്യവഹാരമാ യിത്തീരുന്നു ഇവിടെ ചരിത്രം.

മേൽപ്പറഞ്ഞ രണ്ടു സമീപനങ്ങളിൽ നിന്നും വ്യത്യസ്തമായി, വിമോചനത്തിന്റെ /മോക്ഷത്തിന്റെ സാദ്ധ്യതകൾ തുറക്കാനുതകുന്ന, വിപ്ലവ/രക്ഷാകര ധർമ്മത്തിന് ബോധോദയ വെളിച്ചമേകുന്ന, രാഷ്ട്രീയ/ദൈവീക വ്യവഹാരമാണ് ബെന്യാമിന്റെ ചിന്തയിൽ ചരിത്രം. ജപമാലയിലെ ഉരുക്കഴിക്കും പോലെ ഭൂതകാല സംഭവങ്ങളുടെ എണ്ണിപ്പറയലോ, പൊയ്പ്പോയ ഏതെങ്കിലും കാലത്തിന്റെ പുനരുജ്ജീവനത്തിനുള്ള ശ്രമമോ അല്ല; മറിച്ച് "ഘോരമായ ഒരാപത്തിന്റെ നിമിഷത്തിൽ മിന്നിമറയുന്ന ഒരോർമ്മയെ കൈയെത്തിപ്പിടിക്കലാണ്" ചരിത്രം. കാലത്തിന്റെ ക്രൂരമായ നൈരന്തര്യത്തെ അകമേ നിന്നുള്ള വിസ്ഫോടനത്തിലൂടെ തകർത്തെറിയുകയും, സമകാലത്തെയെന്ന പോലെ, പീഢനത്തിന്റെ അനുഭവങ്ങളാൽ മുദ്രിതമായ എല്ലാ ഭൂതകാലങ്ങളേയും ഒരേ സമയം വിമോചിപ്പിക്കുവാൻ കെൽപ്പുള്ള വിപ്ലവമോക്ഷത്തിന്റേതായ ഒരു പുതുകാലം സൃഷ്ടിക്കുകയുമാണ് ചരിത്രത്തിന്റെ ധർമ്മം. അതായത്, ചരിത്രം യഥാർത്ഥത്തിൽ ചരിത്രമാകുന്നത് വിമോചനത്തിന്റെ ഊർജ്ജവും ഇന്ധനവും ആവുമ്പോഴാണ്. ആ വിമോചനം ഹീബ്രൂ/ജൂത മതസങ്കൽപങ്ങളിലെ "അന്തിമവിധി" ദിനം പോലെ എല്ലാ കാലങ്ങളുടേയും, മരിച്ചവരും ജീവിച്ചിരിക്കുന്നവരുമായ എല്ലാ മനുഷ്യരുടേയും, വിമോചനം കൂടിയാണ്.

ഒരു നിലയ്ക്ക്, ചരിത്രപരമായ ഭൗതികവാദത്തെ ദൈവശാസ്ത്രവുമായി കോർത്തിണക്കുന്ന, അല്ലെങ്കിൽ, ചരിത്രപരമായ ഭൗതികശാസ്ത്രത്തിന്റെ യഹൂദ/ക്രിസ്തീയ ദൈവശാസ്ത്രവേരുകളെ കൂടി ആവാഹിക്കുന്ന, ഒന്നാണ് ബെൻയാമിന്റെ ചിന്ത. ആ ചിന്തയിലെ കഠിനവേദനയും പ്രത്യാശക്കായുള്ള വെമ്പലും അറിയണമെങ്കിൽ, അതിനെ 1930 കളിലെ യൂറോപ്പിന്റെ പരിസരത്തിൽ തന്നെ സ്ഥാനപ്പെടുത്തേണ്ടിവരും. ഫാസിസത്തിൻ കീഴിൽ, സംസ്കാരം തന്നെ കാടത്തമായി മാറുമ്പോൾ, മാനുഷികമായതെല്ലാം ച്യുറ്റം ചിട്ടയായി

തകർക്കപ്പെട്ടുമ്പോൾ, ഈ ദിനവും മറയും, ഈ ഇരുളും മാറും, എന്ന വിശ്വാസം ചരിത്ര ബോധത്തിന്റെ കാതലായി മാറുന്നു. "ബുദ്ധിയുടെ അശുഭ ബോധം, ഇച്ഛയുടെ ശുഭാപ്തി" എന്നു വിശേഷിപ്പിക്കാവുന്ന ഈയൊരു ഭാവം സ്വന്തം ചിന്തയിലേക്കും ജീവിതത്തിലേക്കും ആവാഹിക്കുന്നതിലൂടെ മാത്രമേ ചിന്തകനായ ഒരുവന് ആ കാലത്ത് ഒരു ദിവസത്തിൽ നിന്നും അടുത്ത ദിവസത്തിലേക്ക് ജീവിതം തുടരാനാകൂ, അതും മരണമെത്തും വരേയ്ക്കും മാത്രം.

ഏറ്റവും ശ്രദ്ധേയമായ കാര്യം, തന്നെ അപരനാക്കിയ, എന്നു വേണമെങ്കിലും പീഢനത്തിനും അറുംകൊലക്കും ഇരയാക്കാൻ വഴിയൊരുക്കിയ, സാമുദായിക സ്വത്വമേതോ അതിന്റെ ദൈവശാസ്ത്രാടിസ്ഥാനങ്ങളിലേക്കു തന്നെയാണ് വിമോചനത്തിന്റെ സാദ്ധ്യതകൾ തേടി ബെൻയാമിൻ സഞ്ചരിക്കുന്നത് എന്നതാണ്. ചരിത്രപരമായ ഭൗതികവാദത്തെ യഹൂദദൈവശാസ്ത്രം കൊണ്ടു പുഷ്ടിപ്പെടുത്താൻ ഉദ്യമിക്കുമ്പോൾ, ഒരർത്ഥത്തിൽ തന്റെ അപരത്വത്തെ, ആരോപിതമായ നീചത്വത്തെ, ശത്രുവിനെതിരെയുള്ള ശക്തിയായി, വിമോചനത്തിനുള്ള കരുത്തായി പരിവർത്തിപ്പിക്കുക കൂടിയാണ് ബെൻയാമിൻ. ഈ പരിവർത്തനത്തിന്റെ രാഷ്ട്രീയമാനങ്ങൾ ഒരിക്കലും കുറച്ചു കാണാൻ കഴിയില്ല. കാരണം, ഫാസിസം എന്നും ഇത്തരം അപരത്വങ്ങളിലൂടെയും ആരോപിത നീചത്വങ്ങളിലൂടെയുമാണ് സ്വയം നിർണ്ണയിക്കുകയും അധികാരം ഉറപ്പിക്കുകയും ചെയ്തിട്ടുള്ളത്. ആ പ്രക്രിയ ഇന്നും തുടരുകയും ചെയ്യുന്നു. ഇതെല്ലാം കൊണ്ടു തന്നെ, ഇന്ന് "ചരിത്രത്തിന്റെ തത്വശാസ്ത്രം" വായിക്കുന്ന ഒരിന്ത്യക്കാരന് അത് തന്നോടു സംസാരിക്കുന്നു, തന്റെ സമൂഹത്തിന്റെ അവസ്ഥയെക്കുറിച്ചു സംസാരിക്കുന്നു, എന്നു തോന്നിയാൽ അത് ഒട്ടുമേ ആകസ്മികമല്ല.

എം വി നാരായണൻ

I

എതിരാളിയുടെ ഏതൊരു നീക്കത്തിനും എതിർനീക്കങ്ങളിലൂടെ മറുപടി കൊടുത്തുകൊണ്ട്, ചതുരംഗക്കളിയിൽ എപ്പോഴും വിജയം നേടാൻ കഴിവുള്ള വിധം നിർമ്മിക്കപ്പെട്ടിട്ടുള്ള ഒരു യന്ത്രമനുഷ്യനെക്കുറിച്ചുള്ള ഒരു കഥയുണ്ട്[1]. വലിയ ഒരു മേശമേൽ വെച്ചിരിക്കുന്ന ചതുരംഗപ്പലകക്കു മുന്നിൽ തുർക്കിക്കാരുടെ വേഷവുമണിഞ്ഞ്, വായിൽ ഒരു ഹുക്കയുമായി, ഇരിക്കുന്ന ഒരു പാവ. സമർത്ഥമായി സ്ഥാപിക്കപ്പെട്ട ഒരു കണ്ണാടിവ്യൂഹത്തിന്റെ സഹായത്താൽ, ഏതു വശത്തു നിന്നു നോക്കിയാലും ഈ മേശ സുതാര്യമാണെന്ന പ്രതീതി ഉളവാക്കുന്നു. യഥാർത്ഥത്തിൽ, ചതുരംഗക്കളിയിൽ വിദഗ്ധനായ കൂനനായ ഒരു കുള്ളൻ മേശക്കുള്ളിൽ ഒളിച്ചിരുന്നു ചരടുകൾ വലിച്ച് പാവയുടെ കൈകൾ നിയന്ത്രിക്കുകയാണ്. ഈ സൂത്രയന്ത്രത്തിന് ഒരു

---

1 ചതുരംഗം കളിക്കുന്ന ആദ്യ യന്ത്രമനുഷ്യനെ നിർമ്മിച്ചത് ഗണിതശാസ്ത്രജ്ഞനായ ബാരൺ വുൾഫ്ഗാങ് വോൺ കെംപെലനായിരുന്നു. വിയന്നീസ് രാജ്ഞി മറിയാ തെരേസയുടെ വിനോദത്തിനായി 1770-ൽ നിർമ്മിച്ച 'തുർക്കിക്കാരൻ' എന്നറിയപ്പെട്ടിരുന്ന ഈ യന്ത്രമനുഷ്യൻ തുർക്കിക്കാരുടെ വേഷമണിഞ്ഞ്, ഘടികാരയന്ത്രത്തിന്റെ സഹായത്തോടെ പ്രവർത്തിച്ചിരുന്ന ഒരു പാവയായിരുന്നു. ഒരു മരപ്പെട്ടിക്കുമേൽ കൊത്തിവെച്ച ചതുരംഗപ്പലകക്കു മുന്നിലിരുന്നു കളിച്ചിരുന്ന ഈ പാവയെ നിയന്ത്രിച്ചിരുന്നത് പെട്ടിക്കകത്ത് ഒളിച്ചിരുന്നിരുന്ന ഒരു കുള്ളനായിരുന്നു. കെംപെലന്റെ മരണശേഷം, ജൊഹാൻ മെയ്ൽസെൽ എന്ന അവതാരകന്റെ ഉടമസ്ഥതയിലാണ് യന്ത്രം ഏറ്റവും വിഖ്യാതമാകുന്നത്. എഡ്ഗർ അലൻ പോയുടെ ദൃക്സാക്ഷിവിവരണം ഉൾപ്പടെ, അനേകം പ്രബന്ധങ്ങൾക്കും പുസ്തകങ്ങൾക്കും ഈ കാലത്ത് അതു വിഷയമാകുകയും ചെയ്തു. യൂറോപ്പിലെ പ്രസിദ്ധനഗരങ്ങളെല്ലാം സന്ദർശിച്ച പ്രദർശനങ്ങൾ നടത്തുന്നതിന്റെ കൂട്ടത്തിൽ 1890-ൽ നെപ്പോളിയനെയും ഈ യന്ത്രമനുഷ്യൻ കളിയിൽ തോൽപ്പിക്കുകയുണ്ടായി.

തത്വശാസ്ത്രപ്പകർപ്പ് നമുക്കു സങ്കൽപിക്കാവുന്നതാണ്. 'ചരിത്രപരമായ ഭൗതികവാദം' എപ്പോഴും വിജയിക്കേണ്ടതുണ്ട് എന്നുണ്ടെങ്കിൽ, പ്രായം ചെന്നു ശോഷിച്ചുണങ്ങിയതിനാൽ ഇന്നു കാഴ്ചവട്ടത്ത് നിന്നും മറഞ്ഞ് നിൽക്കേണ്ടി വരുന്ന ദൈവശാസ്ത്രത്തിന്റെ സേവനങ്ങൾ സ്വീകരിച്ചാൽ മാത്രം മതി, ആരെ വേണമെങ്കിലും എളുപ്പത്തിൽ നേരിടാൻ അതിനു (ചരിത്രപരമായ ഭൗതികവാദത്തിനു) കഴിയും.

II

'മനുഷ്യപ്രകൃതിയുടെ ശ്രദ്ധേയമായ സവിശേഷതകളിലൊന്ന്,'' ലോട്സ്[2] എഴുതുന്നു, 'പ്രത്യേക സന്ദർഭങ്ങളിൽ അളവില്ലാത്ത സ്വാർത്ഥത പ്രദർശിപ്പിക്കുന്നതിനൊപ്പം തന്നെ, ഭാവിയോടുള്ള വർത്തമാനകാലത്തിന്റെ അസൂയയില്ലായ്മയാണ്.' സന്തുഷ്ടിയെക്കുറിച്ചുള്ള നമ്മുടെ കൽപനകളെല്ലാം നമ്മുടെ അസ്തിത്വം നമുക്കായി നിയോഗിച്ച കാലത്താൽ മാത്രം നിറം പിടിപ്പിക്കപ്പെട്ടവയാണെന്ന് ചിന്ത നമുക്ക് വ്യക്തമാക്കിത്തരുന്നു. നമ്മിൽ അസൂയ ഉളവാക്കാൻ പ്രാപ്തിയുള്ള സന്തുഷ്ടി നാം ശ്വസിക്കുന്ന വായുവിൽ മാത്രം ഉടലെടുക്കുന്നതാണ്, നമുക്ക് സംസാരിക്കാമായിരുന്ന ആളുകൾക്കിടയിൽ, നമുക്കായി സ്വയം ലഭ്യമാക്കാമായിരുന്ന സ്ത്രീകൾക്കിടയിൽ. മറ്റു വാക്കുകളിൽ, സന്തോഷത്തെക്കുറിച്ചുള്ള നമ്മുടെ സങ്കൽപനം പാപവിമുക്തിയുടെ, വിമോചനത്തിന്റെ സങ്കൽപവുമായി അലിയിച്ചില്ലാതാക്കാൻ കഴിയാത്ത വിധം ഇഴചേർന്നു കിടക്കുന്നു. ചരിത്രത്തിന്റെ വിഷയമായ ഭൂതകാലത്തെ സംബന്ധിക്കുന്ന നമ്മുടെ കാഴ്ചകൾക്കും ഇതേ തത്വം ബാധകമാണ്. വിമോചനത്തിലേക്കു വിരൽ ചൂണ്ടുന്ന ഒരു കാലഗണനാപ്പട്ടിക ഭൂതകാലം അതിന്റെ കൈകളിൽ വഹിക്കുന്നുണ്ട്. മുൻതലമുറകളും ഇന്നത്തെ തലമുറയും തമ്മിൽ ഒരു രഹസ്യധാരണയുണ്ട്. നമ്മുടെ വരവ് ഭൂമിയിൽ പ്രതീക്ഷിക്കപ്പെട്ടിരുന്നു. നമുക്ക് മുന്നേ പോയ ഓരോ തലമുറയേയും പോലെ, ദുർബ്ബലമായ ഒരു

---

2 ഹെർമൻ ലോട്സ് (1817-1881) - ജർമൻ തത്വചിന്തകനും നൈയായികനും. വൈദ്യബിരുദധാരി കൂടിയായിരുന്ന അദ്ദേഹത്തിനു ജീവശാസ്ത്രത്തിലും അസാധാരണ പാണ്ഡിത്യമുണ്ടായിരുന്നു. പത്തൊമ്പതാം നൂറ്റാണ്ടിന്റെ ആദ്യപകുതിയിൽ പ്രാമാണികമായിരുന്ന ആശയവാദത്തിൽ നിന്നും ആ നൂറ്റാണ്ടിന്റെ രണ്ടാം പകുതിയോടെ ഗൗരവവും പാണ്ഡിത്യപൂർണ്ണവുമായ ശാസ്ത്രീയതയിലേക്ക് ജർമൻ തത്വചിന്തയെ നയിച്ചവരിൽ പ്രധാനിയായിരുന്നു ലോട്സ്.

രക്ഷാകരശക്തിയാലാണ് നാമും അനുഗ്രഹിക്കപ്പെട്ടിട്ടുള്ളത്. ആ രക്ഷാകരശക്തിയിൻമേൽ ഭൂതകാലത്തിനും അവകാശമുണ്ട്. ആ അവകാശമാകട്ടെ കുറഞ്ഞവിലക്കു വീട്ടിത്തീർക്കാൻ കഴിയുന്നതുമല്ല. ചരിത്രപരമായ ഭൗതികവാദികൾക്ക് അക്കാര്യം അറിയാം.

3 'Messianic time,' 'Messianic power' എന്ന പരികൽപനകൾ ജൂത-ക്രിസ്തീയ ദൈവശാസ്ത്രപാരമ്പര്യത്തിൽ നിന്നും, 'രക്ഷകൻ അവതരിക്കുന്ന കാലം,' 'വിമോചനകരമായ പരിവർത്തനത്തിനുള്ള പ്രേരകശക്തി' എന്ന അർത്ഥങ്ങളിൽ വിപ്ലവകരമായ അവസ്ഥയുടെ കേന്ദ്രരൂപകങ്ങളായാണ് ബെൻയാമിൻ പ്രയോഗിക്കുന്നത്.

III

സംഭവങ്ങളെ വലുതെന്നും ചെറുതെന്നും വേർതിരിക്കാതെ ഒന്നൊന്നായി ഉരുവിടുന്ന ഒരു പുരാവൃത്തകാരൻ താഴെപ്പറയുന്ന സത്യത്തിനനുസരിച്ചാണ് പ്രവർത്തിക്കുന്നത്: 'എന്തു തന്നെ സംഭവിച്ചിട്ടുണ്ടോ അതൊന്നും തന്നെ ചരിത്രത്തിനു നഷ്ടമായതായി കരുതിക്കൂടാ.' തീർച്ചയായും, വിമോചിതമായ ഒരു മനുഷ്യരാശിക്കു മാത്രമേ ഭൂതകാലത്തിന്റെ പൂർണ്ണതയെ സ്വീകരിക്കുവാൻ കഴിയുകയുള്ളൂ - അതായത്, വിമോചിതമായ ഒരു മനുഷ്യരാശിക്കു മാത്രമേ അതിന്റെ ഭൂതകാലത്തിന്റെ ഓരോ നിമിഷവും എണ്ണിയെണ്ണി പറയുവാൻ കഴിയുകയുള്ളൂ. ആയതിന്, അതു ജീവിച്ച ഓരോ നിമിഷവും ദൈനംദിനപ്രവൃത്തിയുടെ ഭാഗമായ ഉദ്ധരണികളായിത്തീരുന്ന[4] ഒരു ദിവസം വരേണ്ടിയിരിക്കുന്നു - ആ ദിവസമാകട്ടെ അന്തിമവിധിയുടെ ദിവസമായിരിക്കുകയും ചെയ്യും.

---

4 Citation à l'ordre du jour എന്ന ഫ്രെഞ്ച് പ്രയോഗത്തിന്, 'ഒരു ദിനത്തിന്റെ പ്രവൃത്തിയുടെ ഭാഗമായി എടുക്കുന്ന പ്രസ്താവം/പരാമർശം/ഉദ്ധരണി,' 'ഒരു പ്രത്യേകനിമിഷത്തിൽ കാതലായ വിഷയമായിത്തീരുന്ന ഒരു പരാമർശം/ഉദ്ധരണി,' എന്നും, l'ordre du jour എന്ന പ്രയോഗത്തിന്, സൈനിക മേഖലയിൽ 'ഒരു ദിവസത്തെ സന്ദേശങ്ങളിൽ ഉൾപ്പെട്ട സവിശേഷമായൊരു പരാമർശം' എന്നും അർത്ഥമുണ്ട്.

IV

ആദ്യം ഭക്ഷണവും വസ്ത്രവും തേടുക, എന്നാൽ പിന്നീട് ദൈവരാജ്യവും നിങ്ങളുടേതായിത്തീരും.

- ഹെഗൽ, 1807[5].

മാർക്സിനാൽ സ്വാധീനിക്കപ്പെട്ട ഏതൊരു ചരിത്രകാരനെ സംബന്ധിച്ചിടത്തോളവും നിരന്തര സാന്നിദ്ധ്യമായ വർഗ്ഗസമരം എന്നത്, മറ്റെന്തിനേക്കാളുപരി പ്രാകൃതവും ഭൗതികവുമായ വസ്തുക്കൾക്കു വേണ്ടിയുള്ള പോരാട്ടമാണ്, അവയില്ലാതെ പരിഷ്കൃതവും ആത്മീയവുമായ ഒന്നിനും തന്നെ നിലനിൽപില്ല. എന്നിരുന്നാലും, വിജയിക്കു ലഭിക്കുന്ന കൊള്ളമുതലിന്റെ രൂപത്തിലല്ല പരിഷ്കൃതമായതൊന്നും വർഗ്ഗസമരത്തിൽ അവയുടെ സാന്നിദ്ധ്യം അനുഭവവേദ്യമാക്കുന്നത്. അവ ഈ സമരത്തിൽ പ്രത്യക്ഷപ്പെടുന്നത് നിർഭയത്വമായും, നർമ്മമായും, കൗശലമായും, സഹനമായുമൊക്കെയാണ്. അവക്കാകട്ടെ, പൂർവ്വകാലസാധുതയുടെ കരുത്തുണ്ട്, ഭരിക്കുന്നവരുടെ ഓരോ വിജയത്തെയും - അതു ഭൂതകാലത്തെയാകട്ടെ, വർത്തമാനകാലത്തെയാകട്ടെ - അവ നിരന്തരമായി ചോദ്യം ചെയ്തുകൊണ്ടേയിരിക്കും. പൂക്കൾ സ്വാഭാവികമായി സൂര്യനു നേരെ തിരിയുന്ന പോലെ, രഹസ്യമായൊരു സൂര്യാഭിമുഖതൃഷ്ണയാൽ ചരിത്രത്തിന്റെ മാനത്തുയരുന്ന ആ സൂര്യനു നേരെ തിരിയാൻ ഭൂതകാലം പരിശ്രമിക്കുന്നു. പരിവർത്തനങ്ങൾക്കിടയിൽ ഒട്ടുമേ ശ്രദ്ധേയമല്ലാത്ത ഈ പരിവർത്തനത്തെക്കുറിച്ച് ചരിത്രപരമായ ഭൗതികവാദിക്ക് അറിവുണ്ടായിരിക്കേണ്ടതാണ്.

---

5 കെ. എൽ. വോൺ ക്നെബെലിന് ആഗസ്ററ് 30, 1807ൽ ഹെഗൽ എഴുതിയ കത്തിൽ നിന്നും *(K.L.von Knebel's literarischer Nachlass und Briefwechsel,* Vol. 2, Leipzig, 1840, p. 446)..

V

ഭൂതകാലത്തിന്റെ യഥാർത്ഥചിത്രം എപ്പോഴും നമ്മെ ക്കടന്ന് പാറിപ്പോകുന്നു. അതിനെ തിരിച്ചറിയാൻ കഴിയുന്ന ആ ഒരു നിമിഷത്തിൽ മാത്രം പൊടുന്നനെ മിന്നി ഉയരുകയും, പിന്നെ ഒരിക്കലും കാണാതെയാകുകയും, ചെയ്യുന്ന ഒരു കാഴ്ചയായി മാത്രമേ ഭൂതകാലത്തെ നമുക്ക് പിടിച്ചെടുക്കാൻ കഴിയുകയുള്ളു. 'സത്യം നമ്മിൽ നിന്നും ഓടി അകലുകയില്ല': ഗോട്ട്ഫ്രീഡ് കെല്ലറിന്റെ[6] ഈ വാക്കുകളിൽ പ്രതിഫലിക്കുന്ന യാന്ത്രിക ചരിത്രവീക്ഷണം ഏതൊരു സ്ഥാനത്തെയാണോ കൃത്യമായി കുറിക്കുന്നത്, ആ സ്ഥാനത്ത് തന്നെയാണ് ചരിത്രപരമായ ഭൗതികവാദം യാന്ത്രികചരിത്രവാദത്തിനെ ലംഘിച്ച് മുന്നേറുന്നത്. കാരണം, വർത്തമാനകാലം അതിന്റെ താൽപര്യവിഷയമായി തിരിച്ചറിയാത്ത ഏതൊരു ഭൂതകാലബിംബവും വീണ്ടെടുക്കാൻ കഴിയാത്ത വിധം അപ്രത്യക്ഷമാകും എന്ന ഭീഷണിയിലാണ്. (തുടിക്കുന്ന ഹൃദയവുമായി ഭൂതകാലത്തിന്റെ ചരിത്രകാരൻ കൊണ്ടുവരുന്ന ശുഭവാർത്തകൾ അത് പറയുവാനായി അവൻ വാ തുറക്കുന്ന നിമിഷം തന്നെ വീണ്ടെടുപ്പുകളില്ലാത്ത ശൂന്യതയിലേക്കു നഷ്ടപ്പെട്ടേക്കാം.)

---

6 ഗോട്ട്ഫ്രീഡ് കെല്ലർ (1819-1890) - പത്തൊമ്പതാം നൂറ്റാണ്ടിലെ പ്രസിദ്ധനായ ജർമൻ ഗദ്യസാഹിത്യകാരൻ. യഥാതഥ സാഹിത്യത്തിന്റെ പ്രമുഖവക്താവായിരുന്ന അദ്ദേഹത്തിന്റെ പ്രധാനപ്പെട്ട കൃതികളായിരുന്നു *Green Henry* എന്ന നോവലും, *The People of Seldwyla* എന്ന കഥാസമാഹാരവും

VI

ഭൂതകാലത്തിന്റെ ചരിത്രപരമായ ആവിഷ്കാരം 'അതു യഥാർത്ഥത്തിൽ എങ്ങനെയായിരുന്നു' (റാൻകെ)[7] എന്ന കണ്ടെത്തലല്ല, മറിച്ച്, ഘോരമായ ഒരാപത്തിന്റെ നിമിഷത്തിൽ മിന്നിമറിയുന്ന ഓരോർമ്മയെ കൈയെത്തിപ്പിടിക്കലാണ്. ആപത്തിന്റെ നിമിഷത്തിൽ ചരിത്രത്താൽ എടുത്തുകാട്ടപ്പെടുന്ന നിലയിൽ മനുഷ്യന് മുന്നിൽ അപ്രതീക്ഷിതമായി അവതരിക്കുന്ന ആ ഭൂതകാലബിംബത്തെ ഓർമ്മയിൽ സൂക്ഷിക്കാനാണ് ചരിത്രപരമായ ഭൗതികവാദം ആഗ്രഹിക്കുന്നത്. കാരണം, ഈ ആപത്ത് പാരമ്പര്യത്തിന്റെ ഉള്ളടക്കത്തെ മാത്രമല്ല, അതിന്റെ സ്വീകർത്താക്കളെയും സ്പർശിക്കുന്നു. രണ്ടിനും നേർക്കു നീളുന്നത് ഒരേ ഭീഷണി തന്നെയാണ്: ഭരണവർഗ്ഗങ്ങളുടെ ഉപകരണമാകുക എന്നത്. ഓരോ കാലഘട്ടത്തിലും പാരമ്പര്യത്തെ കീഴടക്കാൻ തയ്യാറായി നിൽക്കുന്ന യാഥാസ്ഥിതികതയിൽ നിന്നും അതിനെ മല്ലിട്ടു മോചിപ്പിക്കാനുള്ള ശ്രമം പുതുതായി ആരംഭിക്കേണ്ടിയിരിക്കുന്നു. മിശിഹാ അവതരിക്കുന്നത് രക്ഷകനായി മാത്രമല്ല, അന്തിക്രിസ്തുവിനെ കീഴടക്കുന്നവനായിക്കൂടിയാണ്. ശത്രു വിജയിച്ചാൽ മരിച്ചവർ പോലും അവനിൽ നിന്നും സുരക്ഷിതരല്ല എന്നുറച്ചു വിശ്വസിക്കുന്ന ഒരു ചരിത്രകാരനു മാത്രമേ ഭൂതകാലത്തിൽ നിന്നുയരുന്ന പ്രത്യാശയുടെ ചെറുതീപ്പൊരികളെ വീശിയുയർത്താൻ കഴിയൂ. ആ ശത്രുവിന്റെ വിജയങ്ങളാകട്ടെ അവസാനിച്ചിട്ടുമില്ല.

---

7 ലിയോപോൾഡ് വോൺ റാൻകെ (1795-1886) - പ്രമുഖ ജർമൻ ചരിത്രകാരൻ. സ്രോതസ്സുകളെയും പ്രമാണങ്ങളെയും അധികരിച്ചുകൊണ്ടുള്ള ചരിത്രമെഴുത്തിനു തുടക്കം കുറിച്ചതിനാൽ ആധുനികമായ ചരിത്രരീതിശാസ്ത്രത്തിന്റെ ഉപജ്ഞാതാവായി പരിഗണിക്കപ്പെടുന്നു.

VII

നിശ്ശബ്ദതയാൽ മുഴങ്ങുന്ന ഈ താഴ്‌വരയിലെ

അന്ധകാരത്തെയും അതിശൈത്യത്തെയും കാണുക.

ബ്രെഷ്റ്റ്,[8] ദ ത്രീപെന്നി ഓപെറ

ഒരു കാലഘട്ടത്തെ പുനരുജ്ജീവിപ്പിക്കുവാൻ ആഗ്രഹിക്കുന്ന ചരിത്രകാരൻമാർക്ക് ഫ്യൂസ്റ്റെൽ ഡി കുലാൻഷ് (Fustel de Coulanges)[9] ഒരു നിർദ്ദേശം നൽകുന്നുണ്ട് - പിന്നീടുള്ള ചരിത്രത്തെക്കുറിച്ച് അവർക്കറിയുന്നതെല്ലാം മായ്ച്ചു കളയുക. ചരിത്രപരമായ ഭൗതികവാദം ഏതൊരു രീതിശാസ്ത്രത്തിൽ നിന്നാണോ തെറ്റിപ്പിരിഞ്ഞത് അതിനെ ചിത്രീകരിക്കാൻ ഇതിലും നല്ല മറ്റൊരുപാധിയില്ല. ഇത് ഒരു തരം അനുതാപമാണ്. ഹൃദയത്തിന്റെ അലസതയിൽ നിന്നും - പാപകരമായ ഉദാസീനതയിൽ നിന്നും - ഉയിർ കൊള്ളുകയും, ആപത്തിന്റെ നിമിഷത്തിൽ അകൃത്രിമമായ ഒരു ചരിത്രബിംബം ഹ്രസ്വമായി മിന്നിത്തെളിയുമ്പോൾ അതിനെ എത്തിപ്പിടിക്കുവാനും കൈക്കലാക്കുവാനും കഴിയാത്തതിൽ

---

8 ബെർതോൾട് ബ്രെഷ്റ്റ് (1898-1956) - പ്രശസ്ത ജർമൻ നാടകകൃത്തും സംവിധായകനും, 'എപിക് തീയറ്റർ' എന്ന രാഷ്ട്രീയനാടകവേദിയുടെ ഉപജ്ഞാതാവ്. *The Three Penny Opera, Life of Galileo, Caucasian Chalk Circle, Mother Courage* എന്നിവ പ്രധാനകൃതികൾ. ബെൻയാമിന്റെ ഉറ്റമിത്രമായിരുന്നു. ബ്രെഷ്റ്റുമായുള്ള സംഭാഷണങ്ങൾ ഉൾക്കൊള്ളുന്ന *Conversations with Brecht,* ബ്രെഷ്റ്റിന്റെ നാടകസിദ്ധാന്തങ്ങളെയും പ്രയോഗത്തെയും കുറിച്ചുള്ള *Understanding Brecht* എന്നിവ ബെൻയാമിന്റെ പ്രധാനപ്പെട്ട രണ്ടു കൃതികളാണ്.

9 ന്യൂമാ ഡെനിസ് ഫ്യൂസ്റ്റെൽ ഡി കുലാൻഷ് (1830-1889) - പ്രമുഖ ഫ്രെഞ്ച് ചരിത്രകാരൻ. ചരിത്രപഠനത്തിൽ ശാസ്ത്രീയസമീപനങ്ങളുടെയും രീതികളുടെയും ഉപജ്ഞാതാവായിരുന്ന അദ്ദേഹം വസ്തുനിഷ്ഠതയേയും നിഷ്പക്ഷതയേയും ചരിത്രമെഴുത്തിന്റെ അടിസ്ഥാനസ്വഭാവങ്ങളായി സ്ഥാപിച്ചെടുക്കുന്നതിൽ വലിയ പങ്ക് വഹിച്ചു.

നിരാശപ്പെടുകയും ചെയ്യുന്ന അവസ്ഥയോടുള്ള അനുതാപം. മദ്ധ്യകാല ദൈവശാസ്ത്രജ്ഞർക്കിടയിൽ പാപകരമായ ഉദാസീനത ദുഃഖത്തിന്റെ മൂലകാരണമായി കണക്കാക്കപ്പെട്ടിരുന്നു. ഇതറിഞ്ഞിരുന്ന ഫ്ളോബേർ[10] എഴുതി, 'കാർത്തേജിനെ പുനരുജ്ജീവിപ്പിക്കുവാൻ ഒരുമ്പെടുന്ന ഒരുവൻ എത്രകണ്ട് ദുഃഖിതനായിരിക്കണം എന്നു വളരെ കുറച്ച് പേർക്കു മാത്രമേ ഊഹിക്കുവാൻ കഴിയൂ[11]. 'യാന്ത്രികഭൗതികവാദത്തിന്റെ പക്ഷക്കാർക്ക് ആരോടാണ് യഥാർത്ഥത്തിൽ അനുതാപം എന്നു ചോദിക്കുമ്പോഴാണ് ഈ ദുഃഖത്തിന്റെ സ്വഭാവം വ്യക്തമാകുന്നത്. ഉത്തരം അനിവാര്യമാണ്: വിജയിയോട്. എല്ലാ ഭരണാധികാരികളും അവർക്കു മുന്നേ പടവെട്ടി കീഴടക്കിയവരുടെ അനന്തരാവകാശികൾ തന്നെയാണ്. അതുകൊണ്ടുതന്നെ, വിജയിയോടുള്ള അനുതാപം അനിവാര്യമായും ഉപകരിക്കുന്നത് അതതു കാലങ്ങളിലെ ഭരണാധികാരികൾക്കാണ്. ചരിത്രപരമായ ഭൗതികവാദികൾക്ക് ഇതിന്റെ അർത്ഥമെന്തെന്നറിയാം. ഇന്നേവരെ ആരെല്ലാം വിജയികളായി പരിണമിച്ചിട്ടുണ്ടോ, അവരെല്ലാംതന്നെ വീണു കിടക്കുന്നവരെ ചവിട്ടിമെതിച്ചു കടന്നുപോകുന്ന ഭരണാധികാരികളുടെ വിജയഘോഷയാത്രയിൽ പങ്കാളികളായിരുന്നിട്ടേയുള്ളൂ. പരമ്പരാഗതകീഴ്വഴക്കമനുസരിച്ച്, വെട്ടിപ്പിടിച്ച കൊള്ളമുതലെല്ലാം ഈ ഘോഷയാത്രയിൽ വഹിച്ചു കൊണ്ടുപോകുന്നു. അവ സാംസ്കാരിക നിധികളെന്ന് വിളിക്കപ്പെടുന്നു. ചരിത്രപരമായ ഭൗതികവാദിക്ക് അവയെ കരുതൽ

10 ഗുസ്ററാവ് ഫ്ളോബേർ (1821-1880) - പ്രസിദ്ധ ഫ്രെഞ്ച് നോവലിസ്ററ്. സാഹിത്യത്തിൽ റിയലിസ്ററ് പ്രസ്ഥാനത്തിന്റെ പ്രമുഖ വക്താവും പ്രയോക്താവും. *Madame Bovary, Memoirs of a Madman, The Temptation of Saint Anthony* എന്നിവ പ്രധാനകൃതികൾ.

11 *'Letter to Ernest Feydeau, November 29-30, 1859, in Gustave Flaubert, Correspondance,* Volume 4: 1854-1861, Paris: L.Conrad, 1926-1933, p. 348.

കലർന്ന നിസ്സംഗതയോടെ മാത്രമേ വീക്ഷിക്കുവാൻ കഴിയു കയുള്ളൂ. കാരണം, ഒന്നൊഴിയാതെ, അവൻ നിരീക്ഷിക്കുന്ന സാംസ്കാരിക നിധികൾക്കെല്ലാം ഭീതിയോടെ മാത്രം വീ ക്ഷിക്കാവുന്ന ഒരു ഉറവിടമാണുള്ളത്. അവയുടെ അസ്തിത്വ ത്തിന് അവ കടപ്പെട്ടിട്ടുള്ളത് അവയെ സൃഷ്ടിച്ച മഹത്തായ മനസ്സുകളോടും സർഗ്ഗവൈഭവങ്ങളോടും മാത്രമല്ല, അജ്ഞാ തനാമാതാക്കളായ അവരുടെ സമകാലീനരുടെ കഠിനാ ദ്ധ്വാനത്തോടും കൂടിയാണ്. സംസ്കാരത്തിന്റേതായ ഒരു രേഖ പോലുമില്ല, അതേ സമയം കാടത്തത്തിന്റെ കൂടി രേ ഖയായിട്ടുള്ളതല്ലാതെ. അത്തരം രേഖകൾ മാത്രമല്ല കാട ത്തത്തിൽ നിന്നും വിമുക്തമല്ലാതായുള്ളത്, ഒരുടമസ്ഥനിൽ നിന്നും മറ്റൊരുടമസ്ഥനിലേക്ക് അവ കൈമാറ്റം ചെയ്യപ്പെ ടുന്ന രീതിയിലും കാടത്തത്തിന്റെ കളങ്കമുണ്ട്. ആയതിനാൽ, ചരിത്രപരമായ ഭൗതികവാദി അതിൽ നിന്നും സ്വയം വേറിട്ടു നിൽക്കുന്നു. മരത്തിന്റെ സ്വാഭാവിക വടിവുകൾക്കെതിരെ ചി ന്തേരു നീക്കുന്നപോലെ, ചരിത്രത്തെ അതിന്റെ സ്വാഭാവിക രീതികൾക്കെതിരെ ഉരസുക എന്നത് അവൻ അവന്റെ കടമ യായി പരിഗണിക്കുന്നു.

VIII

മർദ്ദിതരുടെ പാരമ്പര്യം നമ്മെ പഠിപ്പിക്കുന്നത്, നാമിന്നു ജീവിക്കുന്ന 'അടിയന്തിരാവസ്ഥ' ഒരപവാദമല്ല, അതാണു നിയമം എന്നതാണ്. ഈ ഉൾക്കാഴ്ചക്ക് അനുയോജ്യമായ ഒരു ചരിത്രസങ്കൽപത്തിലേക്ക് നാം എത്തിച്ചേരേണ്ടതുണ്ട്. അപ്പോൾ നാം തിരിച്ചറിയും, തീർത്തും യഥാർത്ഥമായ ഒരടിയന്തിരാവസ്ഥ ഉണ്ടാക്കിയെടുക്കലാണ് നമ്മുടെ കടമയെന്ന്. സംശയമില്ല, അത് ഫാസിസത്തിനെതിരെയുള്ള സമരത്തിൽ നമ്മുടെ നിലയെ മെച്ചപ്പെടുത്തും. ഫാസിസത്തിനു രക്ഷപ്പെടാൻ അവസരമുണ്ടാകുന്നതിന് ഒരു കാരണം പുരോഗതിയുടെ പേരിൽ അതിന്റെ എതിരാളികൾ തന്നെ അതിനെ ചരിത്രപരമായി അംഗീകൃതമായൊരു മാതൃകയായി പരിഗണിക്കുന്നു എന്നതാണ്. ഇന്നു നാം അനുഭവിക്കുന്ന സംഗതികൾ ഈ ഇരുപതാം നൂറ്റാണ്ടിൽ 'പോലും' സാദ്ധ്യമാണല്ലോ എന്ന ആശ്ചര്യം തത്വശാസ്ത്രപരമേ അല്ല. ഈ ആശ്ചര്യം അറിവിന്റെ ആരംഭമല്ല[12] അല്ലെങ്കിൽ ആ അറിവ് അതിന് ഉറവിടമായിത്തീരുന്ന ചരിത്രവീക്ഷണം തന്നെ അസാധുവാണെന്ന അറിവായിരിക്കണം.

12 എല്ലാ തത്വചിന്തയും ആരംഭിക്കുന്നത് 'ആശ്ചര്യ'ത്തിൽ നിന്നാണ് എന്ന അരിസ്റ്റോട്ടിലിന്റെ *Metaphysics*-ലെ വചനമാണ് ഇവിടെ സൂചിപ്പിക്കുന്നത്.

IX

എന്റെ ചിറക് പറക്കാൻ തയ്യാർ,

എനിക്കു തിരിച്ചു പോകണമെന്നുണ്ട്.

കാലാതീത കാലത്തോളം കാത്തു നിന്നാലും

അതിനെനിക്കു ഭാഗ്യമുണ്ടാകില്ല.

- ഗെർഹാർഡ് ഷോലെം[13],

Greetings from the Angelus[14]

'പുതു മാലാഖ' *(Angelus Novus)* എന്ന പേരിൽ പോൾ ക്ലീയുടെ ഒരു ചിത്രമുണ്ട്[15]. താൻ ശ്രദ്ധയോടെ ഉറ്റുനോക്കുന്ന

---

13 ഗെർഹാർഡ് ഷോലെം (1897-1982) – ജർമനിയിൽ ജനിച്ച്, ഇസ്രായേലിലേക്ക് കുടിയേറിപ്പാർത്ത തത്വചിന്തകൻ, ചരിത്രകാരൻ. വിദ്യാഭ്യാസകാലം മുതൽ ബെൻയാമിന്റെ അടുത്ത സുഹൃത്ത്. ഇസ്രായേലിൽ എത്തിയ ശേഷം 'ഗെർഷോം' എന്ന പേരു സ്വീകരിച്ചു. *Major Trends in Jewish Mysticism* പ്രധാന കൃതി.

14 ബെൻയാമിന്റെ 29-ാം പിറന്നാളിന്, പോൾ ക്ലീയുടെ *Angelus Novus* എന്ന ചിത്രത്തെക്കുറിച്ച് ഷോലെം രചിച്ച കവിത. കവിതയുടെ പൂർണ്ണരൂപത്തിന് *The Correspondence of Walter Benjamin*, trans. Manfred R. Jacobson and Evelyn M. Jacobson, Chicago: Chicago University Press, 1994, pp. 184-185 നോക്കുക.

15 സ്വിസ്-ജർമൻ ചിത്രകാരനായിരുന്ന പോൾ ക്ലീയുടെ *Angelus Novus* (1920) എന്ന 'മോണോപ്രിന്റ്' ചിത്രം 1921 മുതൽ ബെൻയാമിന്റെ ഉടമസ്ഥതയിലായിരുന്നു. 1940-ൽ, മരണത്തിനു തൊട്ടു മുന്നെ അദ്ദേഹം അത് ജോർജ് ബാറ്റെലിനു കൈമാറി. രണ്ടാം ലോകമഹായുദ്ധത്തിനു ശേഷം ചിത്രം തിയഡോർ അഡോർണോയുടെ പക്കലെത്തുകയും, 1969-ൽ അദ്ദേഹത്തിന്റെ മരണശേഷം അത് ബെൻയാമിന്റെ അടുത്ത സുഹൃത്തായിരുന്ന ഗെർഷോം (ഗെർഹാർഡ്) ഷോലെമിന്റെ കൈകളിലെത്തുകയും, 1982-ൽ അദ്ദേഹത്തിന്റെ മരണം വരെ

എന്തോ ഒന്നിൽ നിന്നും പിന്നോട്ടുകന്നു പോകാൻ ഒരു മ്പെടുന്ന ഒരു മാലാഖ. അവന്റെ കണ്ണുകൾ തുറിച്ചുനോക്കുന്നു, വായ തുറന്നിരിക്കുന്നു, ചിറകുകൾ പടർത്തിയിരിക്കുന്നു. ഇങ്ങനെയാണ് ചരിത്രത്തിന്റെ മാലാഖയേയും നമുക്കു സങ്കൽപിക്കാനാവുക. അവന്റെ മുഖം ഭൂതകാലത്തേക്കു തിരിഞ്ഞിരിക്കുന്നു. നാം സംഭവങ്ങളുടെ ഒരു ശൃംഖല കാണുന്നിടത്ത് അവൻ ഒരു മഹാദുരന്തം കാണുന്നു - ആ ദുരന്തമാകട്ടെ, തകർന്ന അവശിഷ്ടങ്ങൾക്കുമേൽ തകർന്ന അവശിഷ്ടങ്ങൾ കുമിച്ചുകൂട്ടി അവന്റെ കാൽകീഴിലേക്ക് വലിച്ചെറിയുന്നു. മാലാഖക്ക് ഇനിയുമവിടെത്തന്നെ തങ്ങണമെന്നുണ്ട്, മരിച്ചവരെ ഉണർത്തി, തകർക്കപ്പെട്ടതിനെ വീണ്ടും കൂട്ടിച്ചേർത്തു പൂർണ്ണമാക്കണമെന്നുണ്ട്. പക്ഷെ പറുദീസയിൽ നിന്നൊരു കൊടുങ്കാറ്റു വീശുന്നു, അതവന്റെ ചിറകുകൾക്കകത്തേക്ക് കൊടിയ കരുത്തോടെ പ്രവേശിക്കുന്നു, അതിന്റെ തീക്ഷ്ണത കാരണം ഇനിയാ ചിറകുകൾ അവന് അടയ്ക്കാൻ കഴിയില്ല. ചെറുക്കാനാവാത്ത വിധം ആ കൊടുങ്കാറ്റ് അവൻ പുറകു തിരിച്ചിരിക്കുന്ന ഭാവിയിലേക്ക് അവനെ ചുഴറ്റിയെറിയുന്നു - അപ്പോഴും അവനു മുന്നിൽ കുമിഞ്ഞുകൂടുന്ന അവശിഷ്ടങ്ങൾ വാനിലേക്കുയരുന്നു. ഈ കൊടുങ്കാറ്റിനെ നാം പുരോഗതിയെന്നു വിളിക്കുന്നു.

അതദ്ദേഹം സൂക്ഷിക്കുകയും ചെയ്തു. 1982 തൊട്ട് ജെറുസലേമിലെ ഇസ്രായേൽ മ്യൂസിയത്തിൽ സൂക്ഷിച്ചിരിക്കുന്നു.

X

ആശ്രമവാസചിട്ടകളനുസരിച്ച് ക്രിസ്തീയപരിവ്രാജകസന്യാസികൾക്ക് ധ്യാനത്തിനായി കൽപ്പിച്ചു കൊടുക്കുന്ന ചിന്താവിഷയങ്ങൾ ലോകത്തിൽ നിന്നും ലോകകാര്യങ്ങളിൽ നിന്നും അവരുടെ ശ്രദ്ധ തിരിച്ചു വിടാനായിത്തന്നെ രൂപം കൊടുത്തവയായിരുന്നു. ഇവിടെ നാം വികസിപ്പിക്കുന്ന ചിന്തകളും സമാനമായ പരിഗണനകളിൽ നിന്നും ഉടലെടുക്കുന്നവയാണ്. ഫാസിസത്തിന്റെ എതിരാളികൾ ഏതൊരു രാഷ്ട്രീയക്കാരിലാണോ പ്രതീക്ഷയർപ്പിച്ചത്, അവർ അടിയറവ് പറയുകയും അവരുടെ ലക്ഷ്യങ്ങളെത്തന്നെ ഒറ്റിക്കൊടുത്തു കൊണ്ട് പരാജയം ഉറപ്പിക്കുകയും ചെയ്യുന്ന ഈ സമയത്ത്, ഒറ്റുകാർ തീർത്ത കെണികളിൽ നിന്നും രാഷ്ട്രീയലൗകികരെ കുരുക്കഴിച്ചു രക്ഷപ്പെടുത്തുവാൻ ഉദ്ദേശിച്ചുള്ളവയാണ് ഈ നിരീക്ഷണങ്ങൾ. നമ്മുടെ പരിഗണനകൾ ആരംഭിക്കുന്നത്, പുരോഗതിയിലുള്ള രാഷ്ട്രീയക്കാരുടെ ശാഠ്യം നിറഞ്ഞ വിശ്വാസവും, ബഹുജനാടിത്തറയിലുള്ള അവരുടെ കറകളഞ്ഞ ആത്മവിശ്വാസവും, ഒടുവിൽ, നിയന്ത്രിക്കാനാകാത്ത ഒരു ഉപകരണവ്യവസ്ഥയിലേക്കുള്ള അവരുടെ ദാസ്യം നിറഞ്ഞ ഉൾച്ചേരലും, ഒരേ അവസ്ഥയുടെ മൂന്ന് വശങ്ങളാണ് എന്ന തിരിച്ചറിവിൽ നിന്നാണ്. ഈ രാഷ്ട്രീയക്കാർ ഇന്നും കൊണ്ടുനടക്കുന്ന ചരിത്രവീക്ഷണവുമായി യാതൊരു പങ്കും ചേരാത്ത ഒരു ചരിത്രദർശനം പിൻതുടരാനായി നമ്മുടെ ചിന്തയുടെ പരിചിതരീതികൾക്ക് എത്ര വലിയ വിലകൊടുക്കേണ്ടി വരുമെന്നു സൂചിപ്പിക്കലാണ് ഈ പരിഗണനകളുടെ ദൗത്യം.

XI

തുടക്കം മുതൽക്കേ സോഷ്യൽ ഡെമോക്രാറ്റുകളുടെ[16] അടയാളമായിരുന്നിട്ടുള്ള ഒഴുക്കിനൊപ്പമുള്ള ഒത്തുതീർപ്പമനോഭാവം അതിന്റെ രാഷ്ട്രീയ നയങ്ങളെ മാത്രമല്ല അതിന്റെ സാമ്പത്തിക നിലപാടുകളെയും ബാധിച്ചിട്ടുണ്ട്. പിന്നീടുള്ള അതിന്റെ തകർച്ചക്ക് ഒരു കാരണം ഇതായിരുന്നു. മറ്റെന്തിനേക്കാൾ കൂടുതൽ ഒഴുക്കിനൊപ്പം നീന്തുകയാണെന്ന തോന്നലാണ് ജർമൻ തൊഴിലാളിവർഗ്ഗത്തെ ദുഷിപ്പിച്ചിട്ടുള്ളത്. അതു നീന്തുന്ന പുഴയിലെ വെള്ളച്ചാട്ടങ്ങളായാണ് സാങ്കേതികവിദ്യയിലെ മുന്നേറ്റങ്ങളെ അതു പരിഗണിച്ചത്. അവിടെ നിന്നും ചെറിയ ഒരു കാൽവെയ്പ്പു മാത്രമായിരുന്നു സാങ്കേതികപുരോഗതിയിലേക്കു ചായുന്ന വ്യവസായശാലാത്തൊഴിൽ രാഷ്ട്രീയമായൊരു നേട്ടമാണെന്ന മിഥ്യയിലേക്ക്. അങ്ങനെ പഴയ പ്രൊട്ടസ്റ്റന്റ് തൊഴിൽനീതിബോധം[17] മതനിരപേക്ഷമായ രൂപത്തിൽ ജർമൻ തൊഴിലാളികൾക്കിടയിൽ പുനർജീവിപ്പിക്കുകയായിരുന്നു. അദ്ധ്വാനത്തെ 'എല്ലാ സമ്പത്തിന്റെയും സംസ്കാരത്തിന്റെയും ഉറവിടമായി' നിർവ്വചിക്കുന്ന

---

16 1863-ൽ രൂപീകൃതമായ Social Democratic Party of Germany (SPD) ആദ്യകാലങ്ങളിൽ ഒരു മാർക്സിസ്റ്റ് വിപ്ലവ സംഘടനയായിരുന്നെങ്കിലും, കാലക്രമേണ വിപ്ലവരാഷ്ട്രീയത്തിൽ നിന്നും സാമൂഹ്യപരിഷ്കരണരാഷ്ട്രീയത്തിലേക്കു പരിണമിച്ചു. ഒന്നാം ലോകമഹായുദ്ധത്തിനു ശേഷം ജർമനിയിലെ ഏറ്റവും വലിയ പാർട്ടിയാകുകയും, മിതമായ സാമൂഹ്യപരിഷ്കരണനയങ്ങൾ സ്വീകരിക്കുകയും, വെയ്മാർ റിപ്പബ്ലിക്കിന്റെ സർക്കാരിൽ പങ്കാളിയാകുകയും ചെയ്തു. 1933-ൽ നാസി ഭരണകൂടം പാർട്ടിയെ നിരോധിച്ചു.

17 കഠിനാദ്ധ്വാനം, അച്ചടക്കം, മിതവ്യയം എന്നിവയെ അടിസ്ഥാനമാക്കി പ്രോട്ടെസ്റ്റന്റ് ചിന്താപദ്ധതിയിൽ രൂപീകൃതമായ തൊഴിൽധാർമ്മികത.

ഗോത്താ പരിപാടിയിൽ[18] തന്നെ ഈയൊരു ആശയക്കുഴപ്പത്തിന്റെ ലക്ഷണങ്ങൾ കാണാം. ഇതിൽ ചതി മണത്ത മാർക്സ് പ്രതികരിച്ചു, '... തന്റെ അദ്ധ്വാനശക്തിയല്ലാതെ മറ്റൊന്നും സ്വത്തായില്ലാത്ത മനുഷ്യൻ' നിർബ്ബന്ധമായും 'സ്വത്തുക്കളെല്ലാം സ്വന്തമാക്കി മാറ്റിയ മറ്റു മനുഷ്യരുടെ അടിമയായിത്തീരും.[19] എന്നിരുന്നാലും ഈ ആശയക്കുഴപ്പം പിന്നെയും പടരുകയും, അധികം താമസിയാതെ ജോസെഫ് ഡീറ്റ്സ്ഗെൻ[20] പ്രഖ്യാപിക്കുകയും ചെയ്തു: 'ആധുനിക കാല

---

18 1875-ൽ ഗോത്താ നഗരത്തിൽ നടന്ന ജർമൻ സോഷ്യൽ ഡെമോക്രാറ്റിക് പാർട്ടിയുടെ ഒന്നാം പാർട്ടി കോൺഗ്രസ്സിൽ വെച്ചംഗീകരിച്ച നയരേഖയാണ് 'ഗോത്താപരിപാടി' എന്നറിയപ്പെടുന്നത്. സാർവ്വലൗകിക വോട്ടവകാശം, സംഘം ചേരാനുള്ള അവകാശം, തൊഴിൽദിനദൈർഘ്യത്തിനു മേൽ നിയന്ത്രണം, തുടങ്ങി തൊഴിലാളികളുടെ അവകാശങ്ങളെയും ആരോഗ്യത്തെയും സംരക്ഷിക്കാനുള്ള നിയമങ്ങൾക്കുള്ള ആഹ്വാനമായിരുന്നു പ്രധാനമായും അത്. വിപ്ലവത്തിലൂടെ നേടിയെടുക്കുന്ന സോഷ്യലിസം എന്നതിനു പകരം, മിതവും ക്രമവുമായ പരിണാമങ്ങളിലൂടെ സോഷ്യലിസത്തിലേക്കെത്തുക എന്ന സമീപനവും, ഭരണകൂടത്തിൽ നിന്നും ചർച്ചകളിലൂടെ ആനുകൂല്യങ്ങൾ കൈപ്പറ്റുക എന്ന നയവും മാർക്സിന്റെ കടുത്തവിമർശനത്തിന് പാത്രമാകുകയും, തന്റെ *Critique of the Gotha Program* എന്ന പ്രബന്ധത്തിൽ അദ്ദേഹം ഗോത്താപരിപാടിയെ 'റിവിഷണിസ്റ്റ്' എന്ന നിലയിൽ നിരസിക്കുകയും ചെയ്തു.

19 *Critique of the Gotha Program (1875), Marx/Engels Selected Works,* Volume Three, Moscow: Progress Publishers, 1970, p. 13 – 30.

20 ജോസഫ് ഡീറ്റ്സ്ഗെൻ (1822-1888) - സ്വയം വിദ്യാഭ്യാസം നേടിയ ഈ ജർമൻ തുകൽപ്പണിക്കാരൻ മാർക്സിന്റെ കൃതികൾ തൊഴിലാളികൾക്കു വ്യാഖ്യാനിച്ചു കൊടുത്ത് 'തൊഴിലാളിവർഗ്ഗത്തിന്റെ തത്വചിന്തകൻ' എന്ന പ്രശസ്തി നേടി. 1884-ൽ അമേരിക്കയിലേക്കു കുടിയേറിപ്പാർത്ത അദ്ദേഹം ന്യൂയോർക്കിലും

ത്തിന്റെ രക്ഷകൻ അദ്ധ്വാനമാണ്. അദ്ധ്വാനത്തിന്റെ ഗുണപരമായ അഭിവൃദ്ധി തന്നെയാണ് ഒരു രക്ഷകനും ഇന്നേവരെ നേടാൻ കഴിയാത്തത് നേടിയെടുക്കാൻ കെൽപ്പുള്ള സമ്പത്തായി ഇന്നു മാറുന്നത്.[21] അദ്ധ്വാനത്തിന്റെ സ്വഭാവത്തെ സംബന്ധിക്കുന്ന ഈ ബുദ്ധിശൂന്യമാർക്സിസ്റ്റ് സങ്കൽപം അദ്ധ്വാനം തൊഴിലാളികളുടെ വരുതിയിൽ അല്ലാതിരിക്കുമ്പോഴും അതിന്റെ ഫലങ്ങൾ അവർക്ക് ഗുണകരമാകുന്നതെങ്ങനെ എന്ന ചോദ്യത്തെ അവഗണിക്കുന്നു. അതു പ്രകൃതിക്കു മേലുള്ള ആധിപത്യത്തിന്റെ പുരോഗതിയെ മാത്രം കണക്കിലെടുക്കുന്നു, സമൂഹത്തിന്റെ അധഃപതനത്തെ കണക്കിലെടുക്കുന്നതേയില്ല. മാത്രമല്ല, പിന്നീടു ഫാസിസത്തിൽ കാണാൻ കഴിയുന്ന സാങ്കേതികവിദ്യാധിപത്യത്തിന്റെ അടരുകൾ അതു മുൻകൂട്ടി പ്രദർശിപ്പിക്കുന്നു. അവയ്ക്കിടയിൽ ഒന്ന്, 1848-ലെ വിപ്ലവത്തിനു[22] മുമ്പുള്ള

ഷിക്കാഗോവിലും സോഷ്യലിസ്റ്റ് പത്രങ്ങളിൽ പത്രാധിപരായി പ്രവർത്തിച്ചു. ജനാധിപത്യപരമായ സോഷ്യലിസത്തെ സംബന്ധിച്ച് 1868-ൽ അദ്ദേഹം രചിച്ച *The Nature of Man's Mental Labour* എന്ന കൃതിയുടെ കൈയെഴുത്തുപ്രതി മാർക്സിനയച്ചു കൊടുക്കുകയും, മാർക്സ് അത് താഴെപ്പറയുന്ന അവജ്ഞനിറഞ്ഞ നിരീക്ഷണത്തോടെ ഏംഗൽസിനു കൈമാറുകയും ചെയ്തു: 'എന്റെ അഭിപ്രായത്തിൽ, ഡീറ്റ്സ്ഗെൻ തന്റെ ചിന്തകളെ മുഴുവൻ രണ്ട് അച്ചടിത്താളുകളിലേക്കു സംഗ്രഹിച്ച് തുകൽപ്പണിക്കാരൻ എന്ന പേരിൽ സ്വയം പ്രസിദ്ധീകരിക്കുകയാവും നല്ലത്. ഇപ്പോഴുള്ള രൂപത്തിൽ പ്രസിദ്ധീകരിച്ചാൽ, വൈരുദ്ധ്യാത്മകവികാസത്തിന്റെ അഭാവം കൊണ്ടും, വട്ടത്തിൽ കറങ്ങിക്കൊണ്ടേയിരിക്കുന്ന രീതി കൊണ്ടും, അയാൾ അവമതിക്കപ്പെടും.' (Letter to Engels, October 4, 1868.)

21 Joseph Dietzgen, *Sämtliche Schriften,* Vol. 1, Wiesbaden, 1911, p. 175.

22 '1848-ലെ വിപ്ലവങ്ങൾ' എന്നത് യൂറോപ്പിനെ ആകമാനം ഗ്രസിച്ച രാഷ്ട്രീയവിപ്ലവങ്ങളുടെ ഒരു പരമ്പരയായിരുന്നു. 'ദേശരാഷ്ട്രങ്ങളുടെ വസന്ത'മെന്നും, 'ജനങ്ങളുടെ വസന്ത'മെന്നും, 'വിപ്ലവ

സോഷ്യലിസ്റ്റ് ആദർശരാഷ്ട്രസങ്കൽപനങ്ങളിൽ നിന്നും ഭീതിദമാംവണ്ണം വ്യത്യസ്തമായ ഒരു പ്രകൃതിസങ്കൽപമാണ്. അദ്ധ്വാനത്തെ സംബന്ധിക്കുന്ന ഈ പുതിയ സങ്കൽപം ആത്യന്തികമായി പ്രകൃതിചൂഷണം തന്നെയാണ്; അതിനെയാകട്ടെ, വിവേകരഹിതമായ അലംഭാവത്തോടെ തൊഴിലാളിവർഗ്ഗചൂഷണവുമായി താരതമ്യം ചെയ്ത് അതിന്റെ നേർവിപരീതമായി ചിത്രീകരിക്കുന്നു. ഈ പോസിറ്റിവിസ്റ്റ് സങ്കൽപനവുമായി തട്ടിച്ചു നോക്കുമ്പോൾ, പലപ്പോഴായി പരിഹസിക്കപ്പെട്ടിട്ടുള്ള ഫോയിയേയുടെ[23] ഭ്രമകൽപനകൾ

വർഷ'മെന്നും, 'ഫെബ്രുവരി വിപ്ലവ'മെന്നും, പല പേരുകളിൽ അറിയപ്പെടുന്ന ഈ മുന്നേറ്റങ്ങൾ അടിസ്ഥാനപരമായി ജനാധിപത്യസ്വഭാവമുള്ളവയും, പഴയ ഫ്യൂഡൽ സാമൂഹികഘടനകളെ തകർത്ത് സ്വതന്ത്രദേശരാഷ്ട്രങ്ങളെ സ്ഥാപിക്കുവാൻ ലക്ഷ്യം വെച്ചുള്ളവയുമായിരുന്നു. ഈ വിപ്ലവവേലിയേറ്റം 1848 ഫെബ്രുവരി മാസത്തിൽ ഫ്രാൻസിൽ ആരംഭിക്കുകയും യൂറോപ്പിലെമ്പാടും ശക്തമായി പടരുകയും ചെയ്തു. പതിനായിരക്കണക്കിനാളുകൾ കൊല്ലപ്പെടുകയും, അതിലേറേയാളുകൾക്കു നാടുകടക്കേണ്ടി വരികയും ചെയ്ത ഈ വിപ്ലവപരമ്പരയുടെ ഫലമായി, ഫ്രാൻസിൽ ഓർലീൻസ് രാജവാഴ്ച അവസാനിക്കുകയും രണ്ടാം ഫ്രെഞ്ച് റിപ്പബ്ലിക് സ്ഥാപിതമാകുകയും, ഓസ്ട്രിയയിലും ഹംഗറിയിലും അടിയാളവ്യവസ്ഥ (serfdom) നിരോധിക്കുകയും, ഡെൻമാർക്കിൽ സമ്പൂർണ്ണരാജവാഴ്ച അവസാനിക്കുകയും, നെതർലൻഡ്സിൽ പാർലമെന്ററി ജനാധിപത്യം ആരംഭിക്കുകയും ചെയ്തു. ഈ കാലത്തു തന്നെയാണ് (1848 ഫെബ്രുവരി 21ന്) മാർക്സും ഏംഗൽസും ചേർന്ന് 'കമ്യൂണിസ്റ്റ് മാനിഫെസ്റ്റോ' പ്രസിദ്ധീകരിക്കുന്നത്.

23 ചാൾസ് ഫോയിയേ (1772-1837) - ഫ്രെഞ്ച് സാമൂഹികസൈദ്ധാന്തികൻ, പരിഷ്കർത്താവ്, 'ഫോയിയറിസം' എന്ന സാമൂഹികപദ്ധതിയുടെ ഉപജ്ഞാതാവ്. ന്യൂട്ടൻ ഭൗതികലോകത്തിൽ കണ്ടെത്തിയ പോലെ സാമൂഹികലോകത്തിനും നിയതമായ ഒരു ക്രമമുണ്ടെന്നും, അത് പടിപടിയായി ആരോഹണം ചെയ്യുന്ന എട്ടു ഘട്ടങ്ങളിലൂടെയാണു വികസിക്കുക എന്നും, ഏറ്റവും ഉയർന്ന ഘട്ടത്തിൽ മനുഷ്യന്റെ വികാരവിചാരങ്ങൾ പൂർണ്ണ

അത്ഭുതകരമാം വണ്ണം സാധുവായി തോന്നാം. ഫോയിയേയെ സംബന്ധിച്ചിടത്തോളം, പ്രയോഗക്ഷമമായ സഹകരണാദ്ധ്വാനത്തിന്റെ ഫലമായി നാലു ചന്ദ്രൻമാർ രാത്രിയിൽ പ്രകാശിക്കും, ധ്രുവങ്ങളിൽ നിന്നും മഞ്ഞുപാളികൾ പിൻവാങ്ങും, കടൽവെള്ളത്തിന് ഉപ്പുരസം ഇല്ലാതെയാകും, ദുഷ്ടമൃഗങ്ങൾ മനുഷ്യന്റെ ഇംഗിതങ്ങളനുസരിക്കും. ഈ ചിത്രീകരണങ്ങളിലെല്ലാം അവതരിക്കുന്ന അദ്ധ്വാനം പ്രകൃതിയെ ചൂഷണം ചെയ്യുന്നതിനു പകരം, പ്രകൃതിയുടെ ഗർഭാശയത്തിൽ ലീനസാദ്ധ്യതകളായി ഉറങ്ങിക്കിടക്കുന്ന സൃഷ്ടികൾക്കു ജൻമം കൊടുക്കാൻ കെൽപ്പുള്ള ഒന്നാണ്. ഇത്തരത്തിൽ, ഡീറ്റ്സ്ഗെന്റെ വാക്കുകൾ കടമെടുക്കുകയാണെങ്കിൽ, 'സൗജന്യമായി നിലകൊള്ളുന്ന' പ്രകൃതി എന്ന സങ്കൽപം അദ്ധ്വാനത്തെ സംബന്ധിക്കുന്ന ദുഷിച്ച സങ്കൽപത്തിന്റെ ഒരു പൂരകമാണ്.

സ്വാതന്ത്ര്യത്തോടെ ആവിഷ്കരിക്കപ്പെടുമെന്നും അദ്ദേഹം വാദിച്ചു. ഈയൊരവസ്ഥ കൈവരിക്കാനായി കാർഷികോത്പാദകരുടെ സംഘങ്ങളെ (phalanxes– ഒറ്റക്കെട്ടായി നിൽക്കുന്ന ജനവ്യൂഹങ്ങൾ) അടിസ്ഥാനപ്പെടുത്തി സമൂഹത്തെ പുനഃസംഘടിപ്പിക്കാൻ അദ്ദേഹം ആഹ്വാനം ചെയ്തു. സഹകരണാടിസ്ഥാനത്തിൽ രൂപീകരിക്കപ്പെട്ട ഇത്തരം കാർഷികക്കൂട്ടങ്ങൾ വ്യക്തിയുടെ സാമൂഹ്യക്ഷേമവും, മുതലാളിത്തത്തിനു വിപരീതമായി സമ്പദ്വിതരണത്തിൽ സമത്വവും, ഉറപ്പുവരുത്തുമെന്നും ഫോയിയേ വാദിച്ചു. കൗതുകകരമായ ഒരു കാര്യം, 'ഫെമിനിസം' എന്ന വാക്കിന്റെ ഉപജ്ഞാതാവും ഫോയിയേയാണ് എന്നതാണ്.

XII

നമുക്ക ചരിത്രം ആവശ്യമുണ്ട്, പക്ഷെ അറിവിന്റെ പൂന്തോട്ട ത്തിലെ വഷളനായ ഒരലസന് ആവശ്യമുള്ള പോലെയല്ല അത്.

-ഫ്രെഡ്രിക് നീച്ചേ, *On the Use and Abuse of History*[24]

മനുഷ്യനോ മനുഷ്യരോ അല്ല, മർദ്ദിതവർഗ്ഗം തന്നെയാ ണ് ചരിത്രപരമായ ജ്ഞാനത്തിന്റെ നിക്ഷേപക്കലവറ. മാർ ക്സിൽ അതവതരിക്കുന്നത് അവസാനത്തെ അടിമവർഗ്ഗമാ യാണ്, തലമുറകളായി അടിച്ചമർത്തപ്പെട്ടവരുടെ പേരിൽ വിമോചനദൗത്യം പൂർത്തീകരിക്കുന്ന പ്രതികാരനിർവ്വാഹ കരായാണ്. സ്പാർട്ടക്കിസ്റ്റ് സംഘത്തിനുള്ളിൽ ഹ്രസ്വമായി മാത്രം പ്രത്യുത്ഥാനം ചെയ്യപ്പെട്ട ഈ ദൃഢവിശ്വാസം സോ ഷ്യൽ ഡെമോക്രാറ്റുകൾക്ക് എന്നും ആക്ഷേപാർഹമായി രുന്നു.തൊട്ടുമുന്നേ പോയ നൂറ്റാണ്ടിൽ പോലും, അണിചേ രാനുള്ള ആവേശകരമായ ഒരാഹ്വാനമായിരുന്ന ബ്ലാങ്കിയു ടെ [25]പേര് വെറും മൂന്നു പതിറ്റാണ്ടുകൾ കൊണ്ട് ഏതാണ്ട

24 Friedrich Nietzsche, *On the Use and Abuse of History, Untimely Meditations* (First published 1874), Daniel Breazeale (Ed.), R. J. Hollingdale (Trans.), Cambridge: Cambridge University Press, 1997, p. 59.

25 Louis Auguste Blanqui (1805-1881) സോഷ്യലിസ്റ്റ് വിപ്ലവ കാരി, ഫ്രെഞ്ച് വിപ്ലവചരിത്രത്തിലെ ഇതിഹാസം. പത്തൊ മ്പതാം നൂറ്റാണ്ടിൽ ഫ്രാൻസിൽ നടന്ന മൂന്നു വിപ്ലവങ്ങളിലും (1830, 1848, 1871-ലെ പാരിസ് കമ്മ്യൂൺ) പങ്കാളി. പല ഘട്ട ങ്ങളിലായി ഏതാണ്ട് 33 വർഷത്തോളം ജയിലിൽ കഴിയേണ്ടി വന്നു. 'ബ്ലാങ്കിസം' എന്നറിയപ്പെട്ട ബ്ലാങ്കിയുടെ വിപ്ലവദർശനം മാർക്സിന്റേതിൽ നിന്നും തികച്ചും വിഭിന്നമായിരുന്നു. തൊഴിലാ ളിവർഗ്ഗത്തിന്റെ പ്രാധാന്യത്തിലോ ജനകീയമുന്നേറ്റങ്ങളിലോ ബ്ലാങ്കി വിശ്വസിച്ചിരുന്നില്ല. സുസംഘടിതരും രഹസ്യസ്വഭാ വമുള്ളവരുമായ ഒരു ചെറുകൂട്ടം വിപ്ലവകാരികൾ അധികാരം പിടിച്ചെടുക്കുകയും, അവരുടെ താൽക്കാലികമായ സമഗ്രാധി പത്യത്തിൽ ഭരണകൂടത്തിന്റെ അധികാരങ്ങൾ ഉപയോഗിച്ചു

പൂർണ്ണമായി മായ്ച്ചു കളയുന്നതിൽ അവർ വിജയിച്ചു. തൊഴിലാളി വർഗ്ഗത്തിന് ഭാവിതലമുറകളുടെ രക്ഷകർ എന്ന പട്ടം ചാർത്തിക്കൊടുക്കുന്നത് ഏറ്റവും ഉചിതമായാണ് സോഷ്യൽ ഡെമോക്രസി കണ്ടത്, അതുവഴി തൊഴിലാളി വർഗ്ഗത്തിന്റെ ഏറ്റവും വലിയ കരുത്തിന്റെ ഞരമ്പുകളാണ് അതറുത്തു കളഞ്ഞത്. ഈയൊരനുശീലനം തൊഴിലാളി വർഗ്ഗത്തെ അതിന്റെ പകയേയും ത്യാഗബോധത്തെയും വിസ്മരിക്കാൻ പ്രേരിപ്പിക്കുകയാണു ചെയ്തത്; കാരണം, ഇതു രണ്ടും ഊട്ടിയുറപ്പിക്കുന്നതിൽ സഹായകരമാകുന്നത് വിമോചിതരായ പേരക്കുട്ടികളുടെ വരാനിരിക്കുന്ന ഭാവനാചിത്രത്തേക്കാൾ അടിമത്തത്തിൽ പെട്ടുഴറിയ പൂർവ്വികരുടെ ഓർമ്മച്ചിത്രം തന്നെയാണ്.

സോഷ്യലിസം നടപ്പാക്കുകയും, അതിനു ശേഷം അധികാരം ജനങ്ങൾക്കു കൈമാറുകയും ചെയ്യുന്ന ഒരു പദ്ധതിയായിതന്നെ അത്.

XIII

ഓരോ ദിവസം ചെല്ലുന്തോറും നമ്മുടെ ദൗത്യം കൂടുതൽ വ്യക്തമാകുകയും ആളുകൾ കൂടുതൽ സമർത്ഥരാകുകയും ചെയ്യുന്നു.

- ജോസെഫ് ഡീറ്റ്സ്ഗെൻ,

Social Democratic Philosophy[26]

സോഷ്യൽ ഡെമോക്രസിയുടെ സിദ്ധാന്തവും, അതിലേറെ അതിന്റെ പ്രയോഗവും, രൂപീകൃതമായിരിക്കുന്നത് യാഥാർത്ഥ്യവുമായുള്ള ബന്ധത്തിൽ നിന്നും ഉരുത്തിരിഞ്ഞ ഒരു സങ്കൽപനത്തിൽ നിന്നല്ല, മറിച്ച്, അടിസ്ഥാനരഹിതമായ ചില അവകാശവാദങ്ങളാണ് അതുന്നയിച്ചത്. സോഷ്യൽ ഡെമോക്രാറ്റുകളുടെ മനസ്സിലുയർന്ന പുരോഗതിയുടെ ചിത്രം, പ്രഥമമായും മനുഷ്യരാശിയുടെ തന്നെ പുരോഗതിയായാണ് (അല്ലാതെ, കേവലം മനുഷ്യരുടെ കഴിവുകളിലും അറിവിലും ഉണ്ടാകുന്ന മുന്നേറ്റങ്ങളായല്ല). രണ്ടാമതായി, പൂർണ്ണത കൈവരിക്കാനുള്ള മനുഷ്യരാശിയുടെ പ്രയാണത്തിന്റെ അനന്തതയെ പിൻപറ്റി, ആ പുരോഗതി അതിരുകളില്ലാത്ത ഒന്നായാണ് ചിത്രീകരിക്കപ്പെട്ടത്. മൂന്നാമതായി, ചെറുക്കാനാകാത്ത ഒരു പ്രതിഭാസമായാണ് പുരോഗതി പരിഗണിക്കപ്പെട്ടത്, സ്വാഭാവികമായും, നേർരേഖയിലൂള്ളതോ ചുറ്റുപിരിയനോ ആയ ഒരു ദിശയിൽ ചലിക്കുന്ന ഒന്ന്. ഈ തത്വങ്ങൾ ഓരോന്നും വിവാദപൂർണ്ണങ്ങൾ മാത്രമല്ല, വിമർശനവിധേയവുമാണ്. എന്നിരുന്നാലും, കാര്യങ്ങൾ എതിരാവുമ്പോൾ, വിമർശനത്തിന് ഈ തത്വങ്ങളെ തുളച്ചുകയറി അവക്കെല്ലാം പൊതുവായുള്ള ഒന്നിലേക്കു ശ്രദ്ധ കേന്ദ്രീകരിക്കേണ്ടി വരും. മനുഷ്യരാശിയുടെ ചരിത്രപരമായ പുരോഗതി എന്ന സങ്കൽപത്തെ ഏകജാതീയവും ശൂന്യവുമായ കാലത്തിലൂടെയുള്ള അതിന്റെ മുന്നോട്ടുപോക്ക്

26 Dietzgen, *Sämtliche Schriften,* Vol. 1, p. 176.

എന്ന സങ്കൽപത്തിൽ നിന്നും വേർപെടുത്താൻ സാദ്ധ്യമല്ല. അത്തരം ഒരു മുന്നോട്ടുപോക്കെന്ന സങ്കൽപത്തിന്റെ വിമർശമായിരിക്കണം പുരോഗതിയെന്ന സങ്കൽപത്തെ തന്നെ വിമർശിക്കാനുള്ള ഏതൊരുദ്യമത്തിന്റെയും അടിസ്ഥാനം.

XIV

ഉത്ഭവം തന്നെയാണ് ലക്ഷ്യം.

- കാൾ ക്രൗസ്, *Words in Verse*[27]

ചരിത്രം എന്നത് ഒരു നിർമ്മിതിയുടെ വിഷയമാണ്; ആ നിർമ്മാണത്തിന്റെ സ്ഥലിയാകട്ടെ ഏകജാതീയവും ശൂന്യവുമായ കാലമല്ല, മറിച്ച് 'ഇ-ക്കാല'ത്താൽ[28] നിറക്കപ്പെട്ട കാലമാണ്. അങ്ങനെ, റോബ്സ്പിയറിന് റോം എന്നത് ഇന്നിന്റെ കാലം കൊണ്ട് ഊർജ്ജിതമാക്കപ്പെട്ട ഒരു ഭൂതകാലമായിരുന്നു; അതിനെ ചരിത്രത്തിന്റെ നൈരന്തര്യത്തിൽ നിന്നും പൊട്ടിത്തെറിപ്പിച്ചെടുക്കുകയാണ് അദ്ദേഹം ചെയ്തത്. ഫ്രെഞ്ചുവിപ്ലവം സ്വയം കണ്ടത് റോമിന്റെ പുനർജന്മമായാണ്. പുരാതന റോമിനെ അതുദ്ധരിച്ചത് കഴിഞ്ഞുപോയ ഒരു വസ്ത്രരീതിയെ ഫാഷൻ വീണ്ടും ഉദ്ധരിക്കുന്ന പോലെയായിരുന്നു. പണ്ടുകാലങ്ങളുടെ ഏതു വനാന്തരങ്ങളിൽ ഒളിഞ്ഞിരുന്നാലും സമകാലികമായതെന്ത് എന്നു മണത്തറിയാനുള്ള ഒരു ശേഷിയുണ്ട് ഫാഷന്, അതിന്റേത് ഭൂതകാലത്തേക്കുള്ള

---

27 Karl Kraus, *Worte in Versen,* Vol. 1, 2nd Edition, Leipzig, 1919, p. 69.

കാൾ ക്രൗസ് – ഓസ്ട്രിയൻ കവി, നാടകകൃത്ത്, വിമർശകൻ, പത്രപ്രവർത്തകൻ. *The Last Days of Mankind, In These Great Times and Other Writings, Anti-Freud: Karl Kraus' Criticism of Psychoanalysis* എന്നിവ പ്രധാന കൃതികൾ.

28 ബെൻയാമിൻ ഇവിടെ പ്രയോഗിക്കുന്നത് *'Jetztzeit'* എന്ന വാക്കാണ്. അതായത്, ഇപ്പോൾ (*jetzt*) കാലം (*zeit*). എന്നാൽ സാധാരണനിലയിലുള്ള വർത്തമാനകാലമല്ല വിവക്ഷ എന്ന് ഉദ്ധരണിച്ചിഹ്നം കൊണ്ട് സൂചിപ്പിക്കുകയും ചെയ്യുന്നു. മറിച്ച്, വിമോചനത്തിന്റെ സാദ്ധ്യതകളാൽ, രക്ഷാകരശക്തിയാൽ, ഊർജ്ജിതമാക്കപ്പെട്ട, കാലപ്രയാണത്തിന്റെ നൈരന്തര്യത്തിൽ നിന്നും വിച്ഛേദിക്കപ്പെട്ട, നിശ്ചലമാക്കപ്പെട്ട, ഒരു കാലത്തെയാണ് സൂചിപ്പിക്കുന്നത്.

ഒരു പുലിച്ചാട്ടമാണ്. എന്നാൽ, ഫാഷന്റെ ഈ ചാട്ടം നടക്കുന്നത് ഭരണവർഗ്ഗം ആജ്ഞകൾ നൽകുന്ന ഒരു കളരിയിലാണ്. അതേ ചാട്ടം തന്നെ ചരിത്രത്തിന്റെ തുറസ്സായ കളരിയിൽ നിർവ്വഹിക്കുമ്പോഴുണ്ടാകുന്ന വൈരുദ്ധ്യാത്മകക്കുതിക്കലിനെയാണ് മാർക്സ് വിപ്ലവമെന്നു മനസ്സിലാക്കിയത്.

XV

തങ്ങൾ ചരിത്രത്തിന്റെ നൈരന്തര്യത്തെ പൊട്ടിത്തെറിപ്പിക്കാൻ ഒരുമ്പെടുകയാണ് എന്ന അവബോധം വിപ്ലവകരമായ കർമ്മത്തിന്റെ മുഹൂർത്തത്തിൽ വിപ്ലവകരമായ വർഗ്ഗങ്ങളുടെ സ്വഭാവസവിശേഷതയാണ്. മഹത്തായ ഫ്രെഞ്ചുവിപ്ലവം ഒരു പുതുകലണ്ടർ അവതരിപ്പിച്ചു. കാലത്തെ പൊടുന്നനെ അതിദ്രുതമാക്കിത്തീർക്കുന്ന ചരിത്രപരമായ ഒരു 'ടൈം-ലാപ്സ്' ക്യാമറയുടെ ധർമ്മമാണ് കലണ്ടറിന്റെ ആദ്യദിനം നിർവ്വഹിക്കുന്നത്. അടിസ്ഥാനപരമായി അതേ ദിനങ്ങൾ തന്നെയാണ് ഒഴിവുദിനങ്ങളുടെ വേഷത്തിൽ വീണ്ടും വീണ്ടും ആവർത്തിച്ചവതരിക്കുന്നത്; അവ സ്മരണയുടെ ദിനങ്ങളാണ്. ആ നിലക്ക്, കലണ്ടറുകൾ ഘടികാരങ്ങളെ പോലെയല്ല സമയത്തെ അളക്കുന്നത്, അവ ചരിത്രപരമായ ഒരവബോധത്തിന്റെ സ്മാരകങ്ങളാണ്. അത്തരം ഒരവബോധത്തിന്റെ ലാഞ്ഛന പോലും കഴിഞ്ഞ നൂറു വർഷങ്ങൾക്കുള്ളിൽ യൂറോപ്പിൽ കാണാൻ കഴിയില്ല. എന്നാൽ ഈ അവബോധം പൂർണ്ണമായി മൃതമായിട്ടില്ല എന്ന് ജൂലായ് വിപ്ലവത്തിന്റെ[29] സമയത്തുണ്ടായ ഒരു സംഭവം വ്യക്തമാക്കുന്നു. പോരാട്ടത്തിന്റെ ആദ്യ ദിനം വൈകിട്ട് പാരിസിന്റെ വിവിധ ഭാഗങ്ങളിൽ ഒരേ സമയത്തും എന്നാൽ തനിയെത്തനിയേയുമായി ഘടികാരഗോപുരങ്ങൾക്കു നേരെ നിറയൊഴിക്കപ്പെടുകയുണ്ടായി. ഇതിനു ദൃക്സാക്ഷിയായ ഒരാൾ കാവ്യഭംഗിയുള്ള ഉൾക്കാഴ്ചയോടെ ഇങ്ങനെ എഴുതി:

---

29 1830-ൽ ഫ്രാൻസിൽ നടന്ന വിപ്ലവം. രണ്ടാം ഫ്രെഞ്ച് വിപ്ലവമെന്നും അറിയപ്പെടുന്നു. ബർബൺവംശജനായ ചാൾസ് പത്താമൻ സ്ഥാനഭ്രഷ്ടനാവുകയും, ഓർലീൻസിലെ പ്രഭുവായിരുന്ന ലൂയി ഫിലിപ് രാജാവാകുകയും ചെയ്ത ജൂലായ് വിപ്ലവത്തിലൂടെ ഫ്രാൻസിലെ രാജവാഴ്ച പൂർണ്ണമായും ഭരണഘടനാപരമായ ഒന്നായിത്തീർന്നു.

ആർക്കു വിശ്വസിക്കാനാകും? ക്രോധംപൂണ്ടൊരാ സമയത്ത്,
ഘടികാരഗോപുരങ്ങൾക്കു കീഴെനിന്ന്, പിൽക്കാല ജോഷ്വകൾ[30]
ഘടികാരമുഖങ്ങൾക്കു നേരെ നിറയൊഴിക്കുകയായിരുന്നു,
ആ ദിനത്തെത്തന്നെ നിശ്ചലമാക്കി നിർത്താനെന്ന വണ്ണം.[31]

30 ജോഷ്വാ - മോശയുടെ ശിഷ്യൻ, മോശയുടെ മരണാനന്തരം ഇസ്രായേലി വംശങ്ങളുടെ നേതാവ്. ഹീബ്രൂ ബൈബിൾ പ്രകാരം കാനാൻ പ്രദേശത്തേക്ക് മോശ അയച്ച പന്ത്രണ്ട് ചാരന്മാരിൽ ഒരുവനായിരുന്ന ജോഷ്വാ, മോശയുടെ മരണശേഷം ഇസ്രായേലി വംശങ്ങളെ നയിച്ച് കാനാൻ കീഴടക്കുകയും, ആ ഭൂമി ഇസ്രായേലികൾക്കിടയിൽ വീതിച്ചു കൊടുക്കുകയും ചെയ്തു.

31 Barthélemy and Méry, *L'Insurrection: Poème dédié aux Parisians*, Paris, 1830, pp. 22, 52 ബെൻയാമിൻ തന്റെ *Arcades Project*-ൽ ഈ കവിതാശകലവും, ആ സന്ദർഭത്തെ വിവരിക്കുന്ന ബാർത്തെലെമിയുടെ കുറിപ്പും ഉദ്ധരിക്കുന്നുണ്ട് (Benjamin, *The Arcades Project,* Howard Eiland and Kevin McLaughlin (Trans.), Cambridge: Cambridge University Press, 1999, p. 735.

XVI

ചരിത്രപരമായ ഭൗതികവാദിക്ക്, പരിവർത്തനമില്ലാത്ത ഒരു വർത്തമാനം, കാലം നിശ്ചലമാകുകയും നിലയ്ക്കുകയും ചെയ്യുന്ന ഒരു വർത്തമാനം[32], എന്ന ധാരണ ഒഴിച്ചു കൂടാനാവാത്ത ഒന്നാണ്. കാരണം, അവൻ തന്നെ ചരിത്രമെഴുതുന്ന ഒരു വർത്തമാനത്തെ ഈ ധാരണയാലാണ് വിശദീകരിക്കുവാൻ കഴിയുക. ചരിത്രവാദം ഭൂതകാലത്തെ 'ശാശ്വതീ'കരിക്കുന്നു; ചരിത്രപരമായ ഭൗതികവാദം ഭൂതകാലത്തിനു സമാനതകളില്ലാത്ത ഒരനുഭവം പ്രദാനം ചെയ്യുന്നു. ചരിത്രവാദത്തിന്റെ വേശ്യാലയത്തിൽ, 'പണ്ട് പണ്ടൊരു കാലത്ത്' എന്ന വേശ്യയാൽ വീര്യം ഒഴുക്കിക്കളയാനുള്ള അവസരം ചരിത്രപരമായ ഭൗതികവാദി മറ്റുള്ളവർക്കു വിട്ടുകൊടുക്കുന്നു. സ്വന്തം കരുത്തിനുമേൽ നിയന്ത്രണമുള്ളവനായി അവൻ അവശേഷിക്കുന്നു, ചരിത്രത്തിന്റെ നൈരന്തര്യത്തെ പൊട്ടിത്തെറിപ്പിക്കുവാൻ കെൽപ്പുള്ള പുരുഷനായി.

32 തത്വചിന്തയിലും ദൈവശാസ്ത്രത്തിലും ആവർത്തിച്ചു വരുന്ന '*nunc stans*' (the abiding now) എന്ന സങ്കൽപമാണ് ഇവിടെ ആവഹിക്കപ്പെടുന്നത്. ഇപ്പോൾ, മുന്നേ, പിന്നീട് എന്നിങ്ങനെയുള്ള ഭൂത-വർത്തമാന-ഭാവി ഭേദങ്ങളൊക്കെ ഇല്ലാതാകുന്ന, കാലത്തിന്റെ ഒഴുക്കു നിർത്തലാക്കപ്പെട്ട, കാലം നിശ്ചലമാക്കപ്പെട്ട ഒരവസ്ഥ, എല്ലാ കാലവും ഇ-ക്കാലമാകുന്ന അവസ്ഥ.

XVII

ചരിത്രവാദം സ്വാഭാവികമായും ചെന്നവസാനിക്കുന്നത് സാർവ്വലൗകികമായ ചരിത്രത്തിലാണ്. ഇതിൽ നിന്നും ഭൗതികവാദപരമായ ചരിത്രരചന മറ്റേതുതരം ചരിത്രത്തേക്കാൾ ഏറ്റവും വ്യക്തതയോടെ വ്യത്യാസപ്പെട്ടിരിക്കുന്നു. സാർവ്വലൗകികമായ ചരിത്രത്തിന് സൈദ്ധാന്തികമായയാതൊരു ആത്മരക്ഷാകവചവുമില്ല. അതിന്റെ രീതി കൂട്ടിവെക്കലിന്റേതാണ്; ഏകജാതീയവും ശൂന്യവുമായ കാലത്തെ നിറക്കാൻ അത് വസ്തുതകളുടെ ഒരു വലിയ കൂട്ടത്തെതന്നെ സംഭരിക്കുന്നു. മറുവശത്ത്, ഭൗതികവാദപരമായ ചരിത്രരചനയാകട്ടെ, ഒരു നിർമ്മാണാത്മക തത്വത്തെ അടിസ്ഥാനമാക്കുന്നു. അതിലെ ചിന്താപ്രക്രിയയിൽ ചിന്തകളുടെ ഒഴുക്ക് മാത്രമല്ല ഉള്ളത്, അവയുടെ നിരോധം കൂടി നിമഗ്നമായിരിക്കുന്നു. ആന്തരികസംഘർഷത്താൽ അർത്ഥഗർഭമായ ഒരു രൂപമാതൃകയിലെത്തി പൊടുന്നനെ ചിന്ത നിലക്കുമ്പോൾ, അത് ആ രൂപമാതൃകക്ക് ഒരാഘാതം ഏൽപ്പിക്കുന്നു, അതിനെ ഒരു ഏകത്വമായി സ്ഫടികവൽക്കരിക്കുന്നു. ഒരു ചരിത്രവിഷയത്തെ ഒരേകത്വമായി നേരിടാൻ കഴിയുമ്പോൾ മാത്രമേ ചരിത്രപരമായ ഭൗതികവാദി അത്തരം ഒരു വിഷയത്തെ സമീപിക്കുകയുള്ളൂ. അത്തരം ഒരു ഘടനയിൽ അയാൾ തിരിച്ചറിയുന്നത് സംഭവങ്ങൾക്കിടയിൽ രക്ഷാകരമുദ്രയുള്ള ഒരു വിരാമമാണ്, അല്ലെങ്കിൽ, മർദ്ദിതമായ ഒരു ഭൂതകാലത്തിനു വേണ്ടിയുള്ള പോരാട്ടത്തിലെ വിപ്ലവകരമായ ഒരവസരമാണ്. അയാൾ അതിനെ ഗ്രഹിക്കുന്നത് സവിശേഷമായ ഒരു കാലഘട്ടത്തെ ഏകജാതീയമായ ചരിത്രഗതിയിൽ നിന്നും പൊട്ടിത്തെറിപ്പിക്കാനാണ്, അല്ലെങ്കിൽ സവിശേഷമായ ഒരു ജീവിതത്തെ ഒരു കാലഘട്ടത്തിൽ നിന്നും, സവിശേഷമായ ഒരു കൃതിയെ ഒരു ജീവിതത്തിലെ കൃതിസഞ്ചയത്തിൽ നിന്നും പൊട്ടിത്തെറിപ്പിക്കാനാണ്. ഇത്തരം ഒരു സമീപനത്തിലൂടെ ഒരു കൃതിയിൽ ഒരു

ജീവിതകൃതിസഞ്ചയവും, ഒരു ജീവിതത്തിൽ ഒരു കാലഘട്ടവും, ഒരു കാലഘട്ടത്തിൽ ചരിത്രഗതിയുടെ ആകമാനവും രേഖപ്പെടുത്തപ്പെടുകയും, അതേ സമയം റദ്ദാക്കപ്പെടുകയും ചെയ്യുന്നു. അത്തരത്തിൽ ചരിത്രപരമായി മനസ്സിലാക്കപ്പെട്ടതിന്റെ പോഷകസമ്പന്നമായ കനിയിൽ കാലമെന്നത് അമൂല്യമെങ്കിലും സ്വാദില്ലാത്ത ഒരു കുരുവാണ്.

XVIII

'ഭൂമിയിൽ ഉരുത്തിരിഞ്ഞ ജീവന്റെ ചരിത്രത്തെ ഇരുപത്തിനാലു മണിക്കൂറുള്ള ഒരു ദിവസമായി പരിഗണിക്കുകയാണെങ്കിൽ, മനുഷ്യവംശം ഭൂമിയിൽവാണ തുച്ഛമായ അമ്പതു നൂറ്റാണ്ട് ആ ദിവസത്തിന്റെ അവസാനത്തെ രണ്ടു സെക്കന്റിനു തുല്യമായിരിക്കും. ഈ അളവിൽ, പരിഷ്കൃത മാനവരാശിയുടെ ചരിത്രം അവസാനത്തെ മണിക്കൂറിന്റെ അവസാനത്തെ സെക്കന്റിന്റെ കേവലം അഞ്ചിലൊന്നു മാത്രമേ വരികയുള്ളൂ' എന്ന് ഒരു ആധുനികജീവശാസ്ത്രജ്ഞൻ എഴുതുന്നു. അപ്പോൾ, രക്ഷാകരകാലത്തിന്റെ ഒരു പ്രതിരൂപമെന്ന നിലയിൽ, മനുഷ്യരാശിയുടെ മൊത്തം ചരിത്രത്തെയും അതിയായി സംഗ്രഹിച്ചുൾക്കൊള്ളുന്ന വർത്തമാനകാലത്തിന് വിശ്വചരിത്രത്തിൽ മനുഷ്യചരിത്രത്തിനുള്ള അതേ തുച്ഛമായ സ്ഥാനം തന്നെയാണുള്ളത്.

A

ചരിത്രവാദം ചരിത്രത്തിലെ വിവിധ മുഹൂർത്തങ്ങൾ തമ്മിൽ ഹേതുസംബന്ധിയായ ബന്ധങ്ങൾ സ്ഥാപിക്കുന്നതിൽ തൃപ്തി കണ്ടെത്തുന്നു. എന്നാൽ, ഹേതുവായ ഒരു വസ്തുതയും അക്കാരണത്താൽ മാത്രം ചരിത്രപരമല്ല. അതു ചരിത്രപരമാകുന്നത് മരണാനന്തരമാണ്, അതിൽ നിന്നും ആയിരത്താണ്ടുകൾ ഇപ്പുറമുള്ള സംഭവങ്ങളിലൂടെയാണ്. ഇത്തരം ഒരു സമീപനത്തിൽ നിന്നും ആരംഭിക്കുന്ന ചരിത്രകാരൻ ജപമാലയിലെ ഉരുക്കഴിക്കും പോലെ സംഭവങ്ങളെ ക്രമമനുസരിച്ച് ഒന്നൊന്നായി ഉച്ചരിക്കുന്നതു നിർത്തലാക്കും. മറിച്ച്, തന്റെ കാലഘട്ടം മുന്നേ പോയ ഒരു കാലഘട്ടവുമായി ച്ചേർന്നു തീർക്കുന്ന ഒരു കാലവ്യൂഹത്തെ പിടിച്ചെടുക്കുകയാണ് അയാൾ ചെയ്യുക. അങ്ങനെ, രക്ഷാകരകാലത്തിന്റെ അടരുകളാൽ നിവേശിതമായ ഇ-ക്കാലം എന്ന നിലയിലുള്ള ഒരു വർത്തമാനകാലസങ്കൽപം അയാൾ സ്ഥാപിച്ചെടുക്കുന്നു.

B

വരുംകാലത്ത് എന്ത് സംഭവിക്കാൻ പോകുന്നുവെന്നു പ്രവചിക്കുന്ന ഭാവിഫലക്കാർ ഏകജാതീയവും ശൂന്യവുമായ ഒന്നായല്ല കാലത്തെ കണ്ടതും അനുഭവിച്ചതും. ഒരു പക്ഷെ, ഈ കാര്യം മനസ്സിൽ വെക്കുന്നവർക്ക് ഇതേ രീതിയിൽ തന്നെയാണ് ഭൂതകാലങ്ങളെ സ്മരണയിലൂടെ അനുഭവിക്കുന്നത് എന്നു മനസ്സിലാക്കാൻ കഴിയും. ഭാവിയെന്തെന്ന് അന്വേഷിക്കുന്നതിൽ നിന്നും ജൂതൻമാർ വിലക്കപ്പെട്ടിരുന്നു എന്നു നമുക്കറിയാം[33]. എന്നാൽ, ടോറയും[34] പ്രാർത്ഥനകളും അവരെ സ്മരണയെക്കുറിച്ചു പഠിപ്പിച്ചിരുന്നു. ഇതിനാൽ, ഭാവിഫലക്കാരെ സമീപിക്കുന്നവർ ഏതൊരുതരം മാന്ത്രികതക്കാണോ ഇരയാവുന്നത് ആ മാന്ത്രികത ഭാവിയിൽ നിന്നും ഉരിഞ്ഞുമാറ്റപ്പെട്ടു. ഇതിനർത്ഥം, ജൂതരെ സംബന്ധിച്ചിടത്തോളം ഭാവി ഏകജാതീയവും ശൂന്യവുമായ ഒരു കാലമായി മാറി എന്നല്ല. കാരണം, കാലത്തിന്റെ ഓരോ കണികയും മിശിഹക്ക് പ്രവേശിക്കാമായിരുന്ന നേർവാതിലായിരുന്നു.

---

33 ജൂതരുടെ വേദപുസ്തകമായ ടോറായും മറ്റു വിശുദ്ധഗ്രന്ഥങ്ങളും ദുർമന്ത്രവാദത്തിന്റെ ഭാഗമെന്ന നിലയിൽ ഭാവിപ്രവചനത്തെ നിരോധിക്കുന്നു.

34 'പഴയനിയമം' (Old Testament) എന്ന് പൊതുവെ അറിയപ്പെടുന്ന ഹീബ്രൂ ബൈബിളിന്റെ ആദ്യ അഞ്ചു പുസ്തകങ്ങളാണ് ജൂതരുടെ എഴുതപ്പെട്ട നിയമമായ 'ടോറാ'.